ભજન

સ્વરલિપિ ગુજરાતી

ભાગ-4

પ્રખ્યાત ભજનોની સરગમ

સ્વરલિપિ લેખક: વિનોદ કુમાર

નોશન પ્રેસ

NOTION PRESS

India. Singapore. Malaysia.

ISBN xxx-x-xxxxx-xx-x

વિનોદ કુમાર

સમર્પણ

પ્રસ્તુત પુસ્તક મારા આદરણીય પિતા જી સ્વ. શ્રી કેવલ કૃષ્ણ અને માતા જી સ્વ. શ્રીમતી શીલા વંતીના ચરણોમાં સમર્પિત છે.

- વિનોદ કુમાર

અનુક્રમણિકા

ભગવાનની ભક્તિ કર લે બંદે

જય રાધે શ્યામ

જીવન એ ચાર દિવસનો મેળો છે. તેને વ્યર્થ ન બગાડો. માનવ જન્મ ખૂબ જ ભાગ્ય સાથે મળ્યો છે. પ્રભુની આરાધના કરીને તે કરાવો. જીવનની દોડ ચાલુ રહેશે. પ્રભુની સ્તુતિ કરવામાં થોડી ક્ષણો વિતાવો. અંતે કશું જ એકસાથે નહીં ચાલે. એક, તમારા પ્રભુનું નામ, સુમિરણ તમને ભવ સાગર પાર કરાવશે. ભગવાનના ચરણોમાં ભજન ગાવાથી મોક્ષ મેળવો. જય રાધે કૃષ્ણા

-વિનોદ કુમાર

વિનોદ કુમાર

પાઠકોં સે

પ્રિય પાઠકોને મારી હાર્દિક શુભેચ્છાઓ અને નમસ્કાર. મારા અગાઉના પુસ્તકો "મુકેશ (ભાગ-1,2), લતા, કિશોર (ભાગ-1,2), મોહમ્મદ. રફી (ભાગ-1,2,3,4), આશા, મન્ના ડે, કુમાર સાનુ, ગાયકો સચિનદેવ બર્મન અને યેસુદાસ અને સંગીતકાર સચિનદેવ બર્મનની "51 ગીત કી સરગમ" સુપરહિટ 51 ગઝલો કી સરગમ, પુસ્તકો હવે

અપાર સફળતા બાદ પાઠકો છે. માંગ પર, ભજન સ્વરલિપી ગુજરાતી,ભાગ-4 નું પુસ્તક તમારી સમક્ષ પ્રસ્તુત છે. આ પુસ્તકમાં પસંદગીના ભજનોના સ્વરોને ખૂબ જ સરળ રીતે લખીને તમારી સમક્ષ રજૂ કરવામાં આવ્યા છે.

સંગીતનું ઓછું જ્ઞાન ધરાવનાર વ્યક્તિ તેને તેના વાદ્ય પર સરળતાથી વગાડી શકે છે. મોટાભાગના ગીતો મૂળ સ્કેલ સાથે મેળ ખાય છે, પરંતુ તમે હજી પણ મૂળ સ્કેલ સાથે મેળ કરવા માટે તમારા સાધન પર ટ્રાન્સપોઝ + અથવા – 1 અથવા +2 મિશ્રિત કરી શકો છો. જેઓ પશ્ચિમી નોંધો જાણે છે તેઓ આ રીતે સમજે છે

સા	રે̲	રે	ગ̲	ગ	મ	મે
S	R̲	R	G̲	G	M	M*
C	C#	D	D#	E	F	F#
C	D♭	D	E♭	E	F	G♭

પ	ધ̲	ધ	ની̲	ની	સાં
P	D̲	D	N̲	N	S'
G	G#	A	A#	B	C'
G	A♭	A	B♭	B	C'

આ પુસ્તકમાં કેટલાક પ્રતીકોનો ઉપયોગ કરવામાં આવ્યો છે જેમ કે   (ગ –) એટલે કે ગ ને બે સ્તરો સુધી વગાડવું પડશે. તેવી જ રીતે, જો વધુ -હોય તો તે સ્વર તે રકમ સુધી વગાડવાનો રહેશે. મપ (મિશ્ર સ્વરો) નો અર્થ છે મપ એક જ વોલ્યુમમાં વગાડવો. મ અને પ અડધા સ્વરના છે.

અમુક ગીતો પહેલાં આપેલી સરગમ એ, એ ગીતની પ્રિલુડ છે અને મધ્યમાં લખેલું સંગીત એ ઇન્ટરલ્યુડ છે. ગીત સાથે વગાડવામાં આવતી લય અને તાલનો પણ કોર્ડને ઉલ્લેખ છે. આમાં, કાયમી અને એક અંતરની શ્રેણી આપવામાં આવી છે, બાકીના અંતરા પણ તે જ રીતે વગાડશે. આ સરગમ મારા પોતાના અનુભવથી લખાયેલ છે, આશા છે કે વાચકોને ગમશે. પુસ્તકમાં ચોક્સાઈ માટે ખાસ કાળજી લેવામાં આવી છે, છતાં કોઈપણ અચોક્કસતા માટે લેખક, પ્રકાશક, મુદ્રક અને સંપાદકની કોઈ જવાબદારી નથી. જો વાચક કોઈ અચોક્કસતા જુએ, તો કૃપા કરીને જાણ કરો.

મન્દ્રા સપ્તકના સ્વરોઃ જે સ્વરો એક ટપકાથી મેન્દું આગળ હોય છે તે મંદ્રા સપ્તકના સ્વરો છે જેમ કે- .પ .ધ .ધ .ની .ની

મધ્ય સપ્તકના સ્વરો: મધ્યમ સપ્તકના સ્વરો સામાન્ય રીતે લખવામાં આવે છે જેમ કે- સા રે રે ગ ગ મ મે પ ધ ધ ની ની

તાર સપ્તકના સ્વરો: જે સ્વરો ઉપર ટપકું મૂકવામાં આવ્યું છે તે તાર સપ્તકના સ્વર છે જેમ કે- સાં રેં રેં ગં ગં મં મેં પં ધં ધં

(જે સ્વરો હેઠળ રેખા દોરવામાં આવી છે તે નરમ સ્વરો છે, બાકીના શુદ્ધ સ્વરો છે.)

ગીત વગાડતા પહેલા સરગમની સારી રીતે પ્રેક્ટિસ કરવી જરૂરી છે. ઉપરાંત, નિયમિતપણે ગમટના ફ્લિપ્સનો અભ્યાસ કરો. જેથી તમારી વગાડવાની આવડત આવી શકે અને જ્યારે તમે ગીત ગાઓ / વગાડો ત્યારે પ્રેક્ષકોને મંત્રમુગ્ધ કરી શકાય. ત્યારે જ ગાયકની સફળતા જાણી શકાશે. મારા નીચેના પુસ્તકો ઓનલાઈન ઉપલબ્ધ છે. આ હાલમાં કોઈપણ દુકાનમાં ઉપલબ્ધ નથી:-

- "મુકેશ કે 51 ગીતોં કી સરગમ", ભાગ 1, 2,
- "લતા કે 51 ગીતોં કી સરગમ"
- "કિશોર કે 51 ગીતોં કી સરગમ", ભાગ 1, 2
- "મો. રફી કે 51 ગીતોં કી સરગમ", ભાગ 1, 2, 3, 4
- "આશા કે 51 ગીતોં કી સરગમ"
- "ગાયક સચિનદેવ બર્મન ઔર યેસુદાસ કે 51 ગીતોં કી સરગમ"
- "મન્ના ડે કે 51 ગીતોં કી સરગમ"
- "સંગીતકાર સચિનદેવ બર્મન કે 51 ગીતોં કી સરગમ"
- "સુપરહિટ 51 ગઝલોં કી સરગમ"
- "મો. રફી કે સુપરહિટ 151 ગીત" (કેવળ ગીત)
- "ભજન સ્વરલિપિ ગુજરાતી", ભાગ 1, 2, 3, 4
- "કુમાર શાનુ કે 51 ગીતોં કી સરગમ"
- "મહેન્દ્ર કપૂર કે 51 ગીતોં કી સરગમ"
- "સબદ ઔર પંજાબી ગીતોં કી સરગમ"
- "Sloan duployan shorthand book"

પુસ્તકો ખરીદવા માટે, www.amazon.in અથવા www.flipkart.com અથવા notionpress.com અથવા indiamart.com પર જાઓ અને પુસ્તકનું નામ ટાઈપ કરીને સર્ચ કરો (વિનોદ કુમાર દ્વારા મુકેશ કે 51 ગીતો કી સરગમ). આ

વેબસાઇટ્સ પર પુસ્તકો કેશ ઓન ડિલિવરી પર પણ ઉપલબ્ધ છે. આ પુસ્તકના 51 ગીતો તમે youtube.com પર સાંભળી શકો છો.

જો તમને પુસ્તક ગમતું હોય તો એમેઝોન અથવા ફ્લિપકાર્ટ પર તમારો રિવ્યુ આપો.

-વિનોદ કુમાર (vinod66vk@gmail.com)

સરગમ

સરગમના સ્વર પ્રાણીઓ અને પક્ષીઓના અવાજોમાંથી લેવામાં આવ્યા છે. C સ્કેલમાંથી સ્વરો નીચે મુજબ છે.

It is derived from voice of animals and birds:-

Note Name	Swar	સ્વર નામ	Swar full name	સ્વર નામ	યહ સ્વર કિસ પશુ પક્છી કી આવાઝ સે લિયા ગયા હૈ.
C=	Sa=S	સા	Shadaj	ષડજ	Peacock/મોર કી આવાઝ
D=	Re=R	રે	Rishabh	રિષભ	Papiha/પપીહા કી આવાઝ
E=	Ga=G	ગ	Gandhar	ગંધાર	Goat/બકરા કી આવાઝ
F=	Ma=M	મ	Madhyam	મધ્યમ	Crane/બગુલા કી આવાઝ
G=	Pa=P	પ	Pancham	પંચમ	Koyal/ કોયલ કી આવાઝ
A=	Dha=D	ધ	Dhaiwat	ધૈવત	Frog/દાદુર યા મેંઢક કી આવાઝ
B=	Ni=N	ની	Nishad	નિષાદ	Elephant હાથી કી આવાઝ
C'=	Sa'=S'	સાં	(Higher Sa)		

C#=R̲ =રે̲ (રે કોમલ), D#=G̲ =ગ̲ (ગ કોમલ), F#=M* =મૅ (મ તીવ્ર), G#=D̲=ધ̲(ધ કોમલ), A#=N̲ =ની̲ (ની કોમલ)

We can write as S R R G G M M* P D D N N S'

All notes underlined are called Komal Swar as Komal Re Komal Ga Komal Dha Komal Ni. One note Ma* is called Tivra Ma Sequence of the notes are-

સા	રે	રે	ગ	ગ	મ	મ
S	R	R	G	G	M	M*
C	C#	D	D#	E	F	F#
C	Db	D	Eb	E	F	Gb

પ	ધ	ધ	ની	ની	સાં
P	D	D	N	N	S'
G	G#	A	A#	B	C'
G	Ab	A	Bb	B	C'

Sa and Pa are Shudha Swar they do not have any Komal or Tivra. They are fixed notes as per North Indian music tradition. સા અને પ નિશ્ચિત સ્વરો છે, તેમાં નરમ કે તીવ્ર સ્વરો નથી. આ સરગમ ઉત્તર ભારતીય સંગીત પ્રણાલી અનુસાર છે.

સપ્તક
સપ્તક કે 12 સ્વર
7 શુદ્ધ સ્વર
5 વિકૃત સ્વર
સા રે ગ મ પ ધ ની
4 કોમલ સ્વર
રે ગ ધ ની
1 તીવ્ર સ્વર
મે

સી સ્કેલમાંથી સરગમ

રે ગ મે ધ ની રેં ગં
સા રે ગ મ પ ધ ની સાં રેં ગં

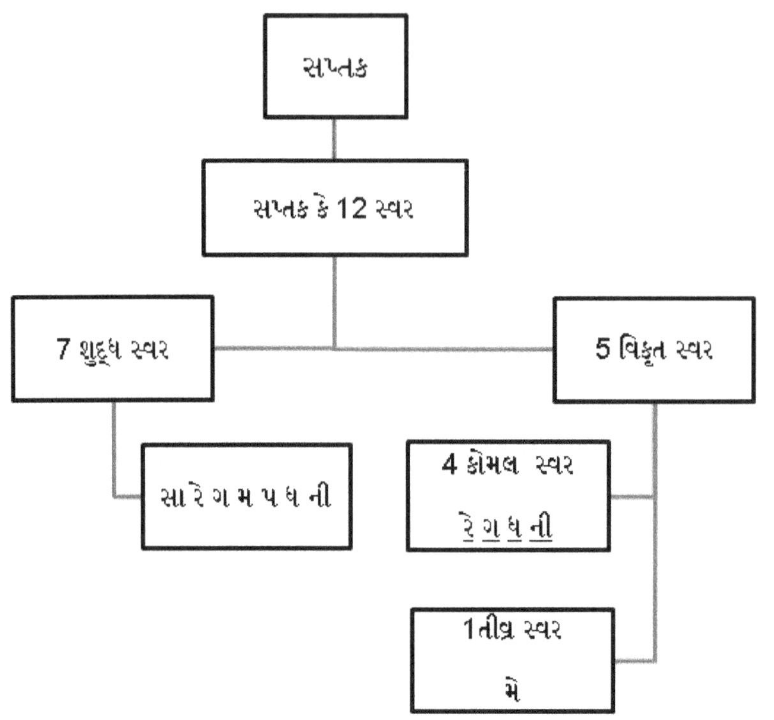

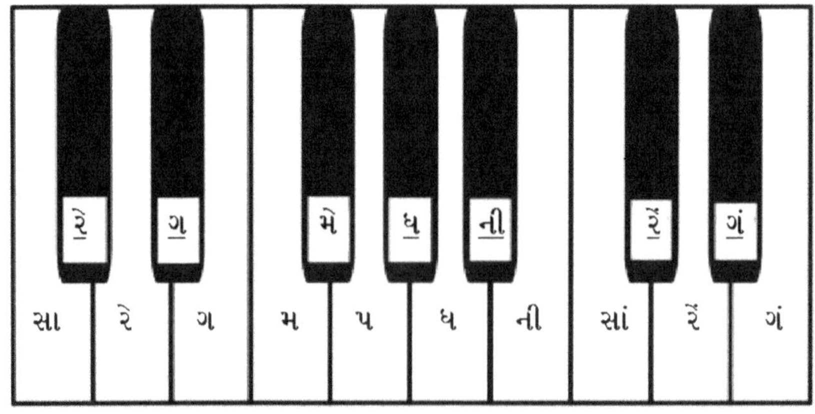

વિનોદ કુમાર

સી શાર્પ સ્કેલમાંથી સરગમ

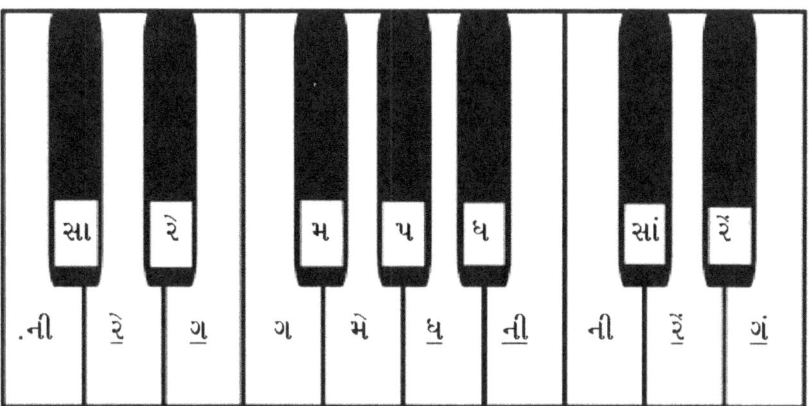

1. અજ મથુરા દે વિચ અવતાર હો ગયા

કૃષ્ણ ભજન   ગાયિકા: નિકુંજ કામરા
તાલ: કહરવા દ્રુત   કોર્ડ: સાગપ   સા=C#

https://youtu.be/VoOQxGiVopk

ઓ આજ મથુરા દે વિચ અવતાર હો ગયા, શ્યામ નીક્કા જયા
શ્યામ નીક્કા જયા હો શ્યામ નીક્કા જયા

હો શ્યામ ચોરી ચોરી જેલાં વિચ જમ્યા હો જમ્યા
હો નામ સુન કે સુખી સંસાર હો ગયા શ્યામ નીક્કા જયા

હો માતા દેવકી ને છાતી નાલ લા લેયા હાં લા લયા
વાસુદેવ જી ને ટોકરી ચ પા લયા હાં પા લયા
મથુરા છડ કે ગોકુલ અવતાર હો ગયા શ્યામ નીક્કા જયા

કિત્થે જમયા તે કિત્થે શ્યામ પલયા હાં પલયા
ચરણ છું કે યમુના દે પાર હો ગયા શ્યામ નીક્કા જયા

સારે દેવતા ને ફુલ બરસાવદે, બરસાવદે
નાલે ગીત ખુશી દે ગાંવદે હાં ગાંવદે
બાબા નંદ દે દ્વારે દા સિંગાર હો ગયા શ્યામ નીક્કા જયા

શ્યામ રંગ ઉત્તે કાલે કાલે વાલ ને, હાં વાલ ને
ઓસ દી સૂરત તો દાસ બલિહાર હો ગયા શ્યામ નીક્કા જયા

વિનોદ કુમાર

અજ મથુરા દે વિચ અવતાર હો ગયા

ધાગે	નતિ	નકે	ધિન	ધાગે	નતિ	નકે	ધિન	ધાગે	નતિ	નકે	ધિન	ધાગે	નતિ	નકે	ધિન
12	34	56	78	12	34	56	78	12	34	56	78	12	34	56	78
													સા	સા	સા
													ઓ	અ	જ
સા	રે	રે	ગ	ગ	ગ	રે	સા	સા	-રે	રે	-ગ	ગ	-	રે	-સા
મ	થુરા	-	દે	વિ	ચ	અ	વ	તા	-ર	હો	-ગ	યા	-	શ્યા	-મ
રે	સા	સા	સા	-	પ	પ	-	પ	ધ	પ	મ	ગ	રે	રે	ગ
નિક	કા	જે	યા	-	હો	શ્યા	-મ	નિક	કા	જે	યા	હો	-	શ્યા	-મ
રે	રે	સા	સા	-	સા	સા	સા	સા	રે	રે	ગ	ગ	ગ	રે	સા
નિક	કા	જે	યા	-	હો	અ	જ	મ	થુરા	-	દે	વિ	ચ	અ	વ
સા	-રે	રે	-ગ	ગ	-	રે	-સા	રે	સા	સા	સા	-			
તા	-ર	હો	-ગ	યા	-	શ્યા	-મ	નિક	કા	જે	યા	-			
													પ	પ	-
													હો	શ્યા	-મ
પ	ધ	પ	મ	ગ	ગ	રે	સા	સા	રે	રે	ગ	-	-	રે	સા
ચો	રી	ચો	રી	જે	લાં	વિ	ચ	જ	મ	યા	-	-	-	હાં	-
રે	સા	સા	-	-	સા	સા	-	સા	રે	રે	ગ	ગ	-	રે	સા
જ	મ	યા	-	-	હો	ના	-મ	સુ	ન	કે	સુ	ખી	-	સં	-
સા	-રે	રે	ગ	ગ	-	રે	-સા	રે	સા	સા	સા	-			
સા	-ર	હો	ગ	યા	-	શ્યા	-મ	નિક	કા	જે	યા	-			

													પ	પ	પ
													હો	મા	તા
પ	ધ	પ	મ	ગ	ગ	રે	-સા	સા	રે	રે	ગ	-	-	રે	સા
દે	વ	કી	ને	છા	તી	ના	-લ	લા	લે	યા	-	-	-	હાં	-
રે	સા	સા	-	-	પ	પ	પ	પ	-ધ	પ	મ	ગ	ગ	રે	સા
લા	લે	યા	-	-	હો	વા	સુ	દે	-વ	જી	ને	ટો	ક	રી	ચ
સા	રે	રે	ગ	-	-	રે	સા	રે	સા	સા	-	-	-	સા	સા
પા	લે	યા	-	-	-	હાં	-	પા	લે	યા	-	-	-	મ	થુરા
સા	રે	રે	ગ	ગ	ગ	રે	સા	સા	-રે	રે	-ગ	ગ	-	રે	-સા
છ	ડ	કે	ગો	કુ	લ	અ	વ	તા	-ર	હો	ગ	યા	-	શ્યા	-મ
રે	સા	સા	સા	-											
નિ	કા	જે	યા	-											

2. અનંત સંસાર સમુદ્ર તાર

ગુરુ પાદુકા સ્તોત   કોર્ડ: સા<u>ગ</u>પ રેમધ   સા=C#

તાલ: દાદરા

https://youtu.be/EYfLp_uOVgg

અનંત સંસાર સમુદ્ર તાર નૌકાયિતાભ્યામ ગુરુ ભક્તિદાભ્યામ
વૈરાગ્ય સામ્રાજ્યદ પૂજનાભ્યામ નમો નમઃ શ્રી ગુરુપાદુકાભ્યામ |૧|
કવિત્વ વારાશિનીશાકરાભ્યામ દુર્ભાગ્યદાવાંબુદમાલિકાભ્યામ
દૂરીકૃતાનમ વિપત્તિભ્યામ નમો નમઃ શ્રી ગુરુપાદુકાભ્યામ |૨|

નતા યયોઃ શ્રીપતિતાં સમિયુઃ ક્દાચિદપ્યાશુદરિદ્રવર્યાઃ
મૂકાશ્ચ વાચસ્પતિતાં હિતાભ્યામ નમો નમઃ શ્રી ગુરુપાદુકાભ્યામ |૩|
નાલીકનીકાશ પદાહતાભ્યામ નાનાવિમોહાદિ-નિવારિકાભ્યામ
નમજ્જનાભીષ્ટતતિપ્રદાભ્યામ નમો નમઃ શ્રી ગુરુપાદુકાભ્યામ |૪|

ન્રિપાલિ મૌલિવ્રજરત્નકાંતિ સરિદવિરાજન જ્લ્શકન્યકાભ્યામ
ન્રીપત્વદાભ્યામ નતલોક પંક્તેઃ નમો નમઃ શ્રી ગુરુપાદુકાભ્યામ |૫|
પાપાંધકારાર્ક પરંપરાભ્યામ તાપત્રયાહીન્દ્ર ખગે શ્રવરાભ્યામ
જાડ્યાબ્ધી સંશોષણ વાડવાભયામ નમો નમઃ શ્રી ગુરુપાદુકાભ્યામ |૬|

શમાદિષટક પ્રદવૈભવાભ્યામ સમાધિદાન વ્રતદીક્ષિતાભ્યામ
મુક્તેહેહેતુશ્ચયસ્થિરભક્તિદાભ્યામ નમો નમઃ શ્રી ગુરુપાદુકાભ્યામ |૭|
સ્વાર્ચાપરાણામખિલેષ્ટદાભ્યામ સ્વાહાસહાયક્ષ ધુરંધરાભ્યામ
સ્વાન્તાક્ષ ભાવ પ્રદ પૂજનાભ્યામ નમો નમઃ શ્રી ગુરુપાદુકાભ્યામ |૮|

કામાદિસર્પવ્રજગારુણાભ્યામ વિવેક વૈરાગ્ય નિધિ પ્રદાભ્યામ
બોધ પ્રદાભ્યામ દ્રુતમોક્ષદાભ્યામ નમો નમઃ શ્રી ગુરુપાદુકાભ્યામ |૯|

અનંત સંસાર સમુદ્ર તાર

ધા	તિં	તિં	તા	ધિં	ધિં	ધા	તિં	તિં	તા	ધિં	ધિં
1	2	3	4	5	6	1	2	3	4	5	6
પ	ધ	પ	સાં	સાં	સાં	ધ	ધ	સાં	પ	પ	-
અ	નં	-ત	સં	સા	-ર	સ	મુ	-દ્ર	તા	ર	-
રેં	પ	ધ	પ	ગ	-	ગગ	રેં	સા	રેં	પ	-
નૌ	કા	-યિ	તા	ભ્યાં	-	ગુરુ	ભ	-ક્તિ	દા	ભ્યાં	-
ધ	ધ	પ	ધ	ધ	ધ	સાં	ધ	પ	ધ	સાં	-
વૈ	રા	-ગ્ય	સા	મ્રા	-જ્ય	દ	પૂ	-જ	ના	ભ્યાં	-
ગં	ગં	રેં	ગં	ગં	ગં	રેંગં	રેં	સાં	રેં	ગં	-
ન	મો	-ન	મ	હ	શ્રી	ગુરુ	પા	-દુ	કા	ભ્યાં	-
રેં	રેં	સાં	રેં	રેં	સાં	ગરેં	સાં	-ધ	સાં	સાં	-
ન	મો	-ન	મ	હ	શ્રી	ગુરુ	પા	-દુ	કા	ભ્યાં	-
સા	રેં	સા	રેં	પ	પ	પ	ધ	સાં	ધ	પ	-
ક	વિ	-ત્વ	વા	રા	-શિ	નિ	શા	-ક	રા	ભ્યાં	-
મ	પ	ધ	પ	મ	-	રેમ	રેં	સા	રેં	મ	-
દૌર	ભા	-ગ્ય	દા	વાં	-	બુદ	મા	-લિ	કા	ભ્યાં	-
મપ	ધસાં	ધ	સાં	સાં	રેં	રેં	રેં	મં	સાં	સાં	-
દૂ	રી	-ક	તા	ન	-પ્ર	વિ	પ	-ત્તિ	તા	ભ્યાં	-
પ	પ	મ	ધ	ધ	ધ	પપ	મ	રેં	મ	મ	-
ન	મો	-ન	મ	હ	શ્રી	ગુરુ	પા	-દુ	કા	ભ્યાં	-

મ	રૅં	સાં	રૅં	રૅં	રૅં	મંમં	સાં	ધ	સાં	સાં	-
ન	મો	-ન	મ	હ	શ્રી	ગુરૂ	પા	-દુ	કા	ભ્યાં	-
પ	પ	મ	ધ	ધ	ધ	પપ	મ	રૅ	મ	મ	-
ન	મો	-ન	મ	હ	શ્રી	ગુરૂ	પા	-દુ	કા	ભ્યાં	-
											મ
											-ન
મ	પ	મ	ધ	ધ	સાં	નીસાં	નીધ	ધ	ની	સાંસાં	મ
તા	-	ય	યો	હ	શ્રી	પતિ	તાં	-સ	મી	યુહ	-ક
ગ	મ	ગ	રૅગ	પ	પ	ધ	-	પ	ગ	પ	મ
દા	ચિ	-દ	પ્યા	શુ	-દ	રિ	-	-દ્ર	વર	યા	-હ
સાં	ની	પ	ની	ની	ની	સાંસાં	ની	ધ	સાં	સાં	-
મૂ	કા	-શ્ચ	વા	ચ	-સ	પતિ	તાં	-હિ	તા	ભ્યાં	-
સાં	રૅં	સાં	રૅં	રૅં	રૅં	ગંગં	રૅં	સાં	રૅં	ગં	-
ન	મો	-ન	મ	હ	શ્રી	ગુરૂ	પા	-દુ	કા	ભ્યાં	-
રૅં	ગં	રૅં	ગં	ગં	રૅં	ગંગં	રૅં	સાં	રૅં	ગં	-
ન	મો	-ન	મ	હ	શ્રી	ગુરૂ	પા	-દુ	કા	ભ્યાં	-

મ્યુસિક: ગં- રૅં- સાં- પ- ધ- મપધસાં

ગં- રૅં –રૅંસાં ધસાંપ-

પ	ધ	પ	સાં	સાં	સાં	ધ	ધ	સાં	પ	પ	-
ના	લી	-ક	ની	કા	-શ	પ	દા	-હ	તા	ભ્યાં	-
રૅ	પ	ધ	પ	ગ	ગ	ગ	રૅ	સા	રૅ	પ	-
ના	ના	-વિ	મો	હા	-ન્દિ	નિ	વા	-રિ	કા	ભ્યાં	-
ધ	ધ	પ	ધ	ધ	ધ્ર	સાં	ધ	પ	ધ	સાં	-
ન	મ	-જજ	ના	ભી	-ષ્ટ	ત	તિ	-પ્ર	દા	ભ્યાં	-

ગં	ગં	રેં	ગં	ગં	ગં	રેંગં	રેં	સાં	રેં	ગં	-
ન	મો	-ન	મ	હ	શ્રી	ગુરુ	પા	-દુ	કા	ભ્યાં	-
રેં	રેં	સાં	રેં	રેં	સાં	ગરિં	સાં	-ધ	સાં	સાં	-
ન	મો	-ન	મ	હ	શ્રી	ગુરુ	પા	-દુ	કા	ભ્યાં	-
સા	રેમ	રેસા	રે	પ	-	ધધ	ધ	સાં	ધ	પ	-
ત્ર	પા	-લિ	મૌ	હિ	-	બ્રિજ	ર	-ત્ન	કાં	તિ	-
મ	પ	ધ	પ	મ	-	રેમ	રે	સા	રે	મ	-
સ	રિ	-દ્રિવ	રા	જન	-	જહષ	ક	-ન્ય	કા	ભ્યાં	-
મપ	ધ	સાં	ધ	સાં	સાં	રેંરેં	રેં	મં	સાં	સાં	-
ત્ર	પ	-ત્વ	દા	ભ્યાં	-	નત	લો	-ક	પં	કતે	-
પ	પ	મ	ધ	ધ	ધ	પપ	મ	રે	મ	મ	-
ન	મો	-ન	મ	હ	શ્રી	ગુરુ	પા	-દુ	કા	ભ્યાં	-
મ	રેં	સાં	રેં	રેં	રેં	મંમં	સાં	ધ	સાં	સાં	-
ન	મો	-ન	મ	હ	શ્રી	ગુરુ	પા	-દુ	કા	ભ્યાં	-
પ	પ	મ	ધ	ધ	ધ	પપ	મ	રે	મ	મ	-
ન	મો	-ન	મ	હ	શ્રી	ગુરુ	પા	-દુ	કા	ભ્યાં	-
મ	મપ	પ	પ	પધ	ધ	સાં	ની	ધ	ની	સાં	-
પા	પાં-	-ધ	કા	રા	-ર્ક	પ	રં	-પ	રા	ભ્યાં	-
મ	ગ	રે	ગ	પ	પ	પ	ધ	પ	ગ	પમ	-
તા	પ	-ત્ર	યા	હીઁ	-દ્ર	ખ	ગે	-શ્વ	રા	ભ્યાં	-

સાં	ની	પ	ની	ની	ની	સાં	ની	ધ	સાં	સાં	-
જા	ડયા	-ર્ધી	સં	શો	-ષ	ણ	વા	-ડ	વા	ભ્યાં	-
સાં	રેં	સાં	રેં	રેં	રેં	ગંગં	રેં	સાં	રેં	ગં	-
ન	મો	-ન	મ	હ	શ્રી	ગુરૂ	પા	-દુ	કા	ભ્યાં	-
રેં	ગં	રેં	ગં	ગં	રેં	ગંગં	રેં	સાં	રેં	ગં	-
ન	મો	-ન	મ	હ	શ્રી	ગુરૂ	પા	-દુ	કા	ભ્યાં	-
પ	ધ	પ	સાં	સાંસાં	સાં	ધ	-	સાં	પ	પ	-
શ	મા	-દિ	ષટ	કપ્ર	દ	વૈ	-	-ભ	વા	ભ્યાં	-
રે	પ	ધ	પ	ગ	-	ગગ	રે	સા	રે	પ	-
સ	મા	-ધિ	દા	ન	-	વ્રત	દી	-ક્ષિ	તા	ભ્યાં	-
ધ	ધ	પ	ધ	ધ	ધ	ધસાં	ધ	પ	ધ	સાં	-
મુ	કતે	-હે	હે	તુ	શ્ચ	સ્થિર	ભ	ક્તિ	દા	ભ્યાં	-
ગં	ગં	રેં	ગં	ગં	ગં	રેંગં	રેં	સાં	રેં	ગં	-
ન	મો	-ન	મ	હ	શ્રી	ગુરૂ	પા	-દુ	કા	ભ્યાં	-
રેં	રેં	સાં	રેં	રેં	સાં	ગરેં	સાં	-ધ	સાં	સાં	-
ન	મો	-ન	મ	હ	શ્રી	ગુરૂ	પા	-દુ	કા	ભ્યાં	-
સા	રે	સા	રે	પ	-	ધધ	ધ	સાં	પ	પ	-
સ્વા	રચા	-પ	રા	ણા	-	મખિ	લે	ષ્ટ	દા	ભ્યાં	-
મ	પ	ધ	પ	મ	મ	રે	મ	રે	સા	રેમ	-
સ્વા	હા	-સ	હા	ય	-ક્ષ	ધુ	રં	-ધ	રા	ભ્યાં	-
મપ	ધ	પ	સાં	સાં	સાંસાં	રેં	-	મ	સાં	સાં	-
સ્વાં	તા	-ક્ષ	ભા	વ	પ્રદ	પૂ	-	-જ	ના	ભ્યાં	-

પ	પ	મ	ધ	ધ	ધ	પપ	મ	રે	મ	મ	-
ન	મો	-ન	મ	હ	શ્રી	ગુરૂ	પા	-દુ	કા	ભ્યાં	-
મ	રેં	સાં	રેં	રેં	રેં	મંમં	સાં	ધ	સાં	સાં	-
ન	મો	-ન	મ	હ	શ્રી	ગુરૂ	પા	-દુ	કા	ભ્યાં	-
પ	પ	મ	ધ	ધ	ધ	પપ	મ	રે	મ	મ	-
ન	મો	-ન	મ	હ	શ્રી	ગુરૂ	પા	-દુ	કા	ભ્યાં	-
ગ	મપ	મપ	ધ	ધ	ધધ	ની	-	ધ	સાં	સાં	-
કા	મા	-દિ	સ	પઁ	વ્રજ	ગા	-	રૂ	ણા	ભ્યાં	-
મ	ગ	રે	ગ	પ	પ	મ	ધ	પ	ગ	પમ	-
વિ	વે	-ક	વૈ	રા	ગ્ય	નિ	ધી	-પ્ર	દા	ભ્યાં	-
સાં	ની	પ	ની	ની	-	રેંસાં	ની	ધ	સાં	સાં	-
બો	ધ	-પ્ર	દા	ભ્યાં	-	દ્રુત	મો	-ક્ષ	દા	ભ્યાં	-
સાં	રેં	સાં	રેં	રેં	રેં	ગંગં	રેં	સાં	રેં	ગં	-
ન	મો	-ન	મ	હ	શ્રી	ગુરૂ	પા	-દુ	કા	ભ્યાં	-
રેં	ગં	રેં	ગં	ગં	રેં	ગંગં	રેં	સાં	રેં	ગં	-
ન	મો	-ન	મ	હ	શ્રી	ગુરૂ	પા	-દુ	કા	ભ્યાં	-

3. આઓ રંગ લેં જીવન અપના

રાધા ભજન   ગાયક: કૃષ્ણ દાસ

તાલ: કહરવા દુગુન   કોર્ડ: સાગપ   સા=D#

https://youtu.be/tEcaHdSzQcg

આઓ રંગ લેં જીવન અપના રાધા નામ કી મસ્તી મેં

રાધા નામ જપે હર રસના ઘર ઘર બસ્તી બસ્તી મેં

રાધા રાધા રાધા રાધા રાધા રાધા

રાધા રાધા રાધા રાધા રાધા રાધા

એસે રંગ મેં રંગ જાયેં જો ફીકા કભી પડે ના

રંગ બિરંગે જગ કા જિસ પર કોઈ રંગ ચઢે ના

ખુદ કી મિટા કે હસ્તી મિલ જાયેં હમ સબ ઉસકી હસ્તી મેં

આઓ રંગ લેં જીવન અપના

ધા	ગે	ન	તિ	ન	કે	ધિ	ન	ધા	ગે	ન	તિ	ન	કે	ધિ	ન
1	2	3	4	5	6	7	8	1	2	3	4	5	6	7	8

ગગ   ગગ પ ગરેસા રેરેસા.ની સાસા સાગ ગ ગરે સા
આઓ રંગ લેં જીવન અપના-   રાધા નામ કી મસ્તી મેં

ગમધ ધધ ધમ ધધ પપમપગ
રાધા નામ જપે હર રસના,

ગમધ ધધ ધમ ધધ પપપ-   પની ધપ મગરે મગરે સા
રાધા નામ જપે હર રસના,   ઘર ઘર બસ્તી બસ્તી મેં

સાંની પધ નીધ નીધ મપ ધપ
રાધા રાધા રાધા રાધા રાધા રાધા

પપની ધપ મગરે ગગ મગરે સાસા
રાધા- રાધા રાધા- રાધા રા-ધા રાધા

પપ પપ મગ પપ પપ મગ ધધ ધનીધ પપ પ—ધમ
એસે રંગ મેં- રંગ જાએન જો- ફીકા કભી- પડે ના

પપ પપમગ પપ પ પપ મગ ધધ નીધ પપ પ—ધમ
રંગ બિરંગે- જગ કા જિસ પર કોઈ રંગ ચઢે ના

સાંસાં સાં સાંસાં સાં નીની સાંની ધપ પની ધપ મગરે મગરે સા
ખુદ કી મિટા કે હસ્તી મિલ જાએન હમ સબ ઉસકી હસ્તી મેં

4. આજ ગોકુલ में ધૂમ મચી

કૃષ્ણ ભજન   સંગીતકાર: વિનોદ કુમાર

ગીતકાર: વિનોદ કુમાર   ગાયક: વિનોદ કુમાર વ પરિવાર

તાલ: દાદરા   કોર્ડ: .<u>ની</u>રેમ   સા=C#

https://youtu.be/I2K_Z1BCXbU

આજ ગોકુલ में ધૂમ મચી આજ હર દિલ દીવાના હै
કન્હૈયા કો સજ્જના હै જન્મોત્સવ મનાના હै, આજ ગોકુલ में ધૂમ મચી

૧. તેરે મસ્તાને આકે ખડે, આજ દર્શન તો પાના હै
ગોદી में ઉઠા કે તુજ્હે , અરે જ્હુલા જ્હુલાના હै.

૨.ભોલી સૂરત કન્હૈયા તેરી, મેરે મન કો હै ભાયે બડી
કાજલ કો લગાકર તુજ્હે કાળા ટીકા લગાના હै

૩. મંદ મુસ્કાન કાન્હા તેરી, કષ્ટો કો મિટાયે મેરી
તેરા ગુણગાન ગાતે હુએ જીવન કો બિતાના હै

૪. જન્મો સે તરસતી થી મૈ, ઇસ જગ में ભટકતી થી મૈ
ચરણ માથે લગાના હै, ભવ સાગર તર જાના હै

આજ ગોકુલ में, આજ મંદિર में,
આજ ઘર ઘર में ધૂમ મચી આજ હર દિલ દીવાના હै
કન્હૈયા કો સજ્જના હै જન્મોત્સવ મનાના હै, આજ ગોકુલ में ધૂમ મચી
હાથી ઘોડા પાલકી જય કન્હૈયા લાલ કી

-'વિનોદ કુમાર'

આજ ગોકુલ મેં ધૂમ મચી

ધા	ધી	ના	ધા	તૂં	ના	ધા	ધી	ના	ધા	તૂં	ના
1	2	3	4	5	6	1	2	3	4	5	6
									સા	-	સા
									આ	-	જ
.ની	-	રે	-	રે	-	મ	-	-	ગ	-	ગ
ગો	-	કુલ	-	મેં	-	ધૂ	-	-	મ	-	મ
મ	-	-	-	-	-	-	-	-	ધ	-	ધ
ચી	-	-	-	-	-	-	-	-	આ	-	જ
ધ	-	પ	ની	ધ	-	પ	-	-	ગ	-	-
હ	ર	દિ	લ	દી	-	વા	-	-	ના	-	-
મ	-	-	-	-	-	ગ	રે	-	સા	સા	-
હે	-	-	-	-	-	-	-	-	કં	હે	-
.ની	-	રે	-	રે	-	મ	-	-	ગ	-	-
યા	-	કો	-	સ	-	જ	-	-	ના	-	-
મ	-	-	-	-	-	-	-	-	ધ	-	-
હે	-	-	-	-	-	-	-	-	જં	-	-
પ	-	ની	-	ધ	-	પ	-	-	ગ	-	-
મો	ત	સ	વ	મ	-	ના	-	-	ના	-	-
મ	-	-	-	-	-	ગ	રે	-	સા	-	સા
હે	-	-	-	-	-	-	-	-	આ	-	જ
.ની	-	રે	-	રે	-	મ	ધૂમ	-	ગ	-	ગ
ગો	-	કુ	લ	મેં	-	ધૂ	-	-	મ	-	મ

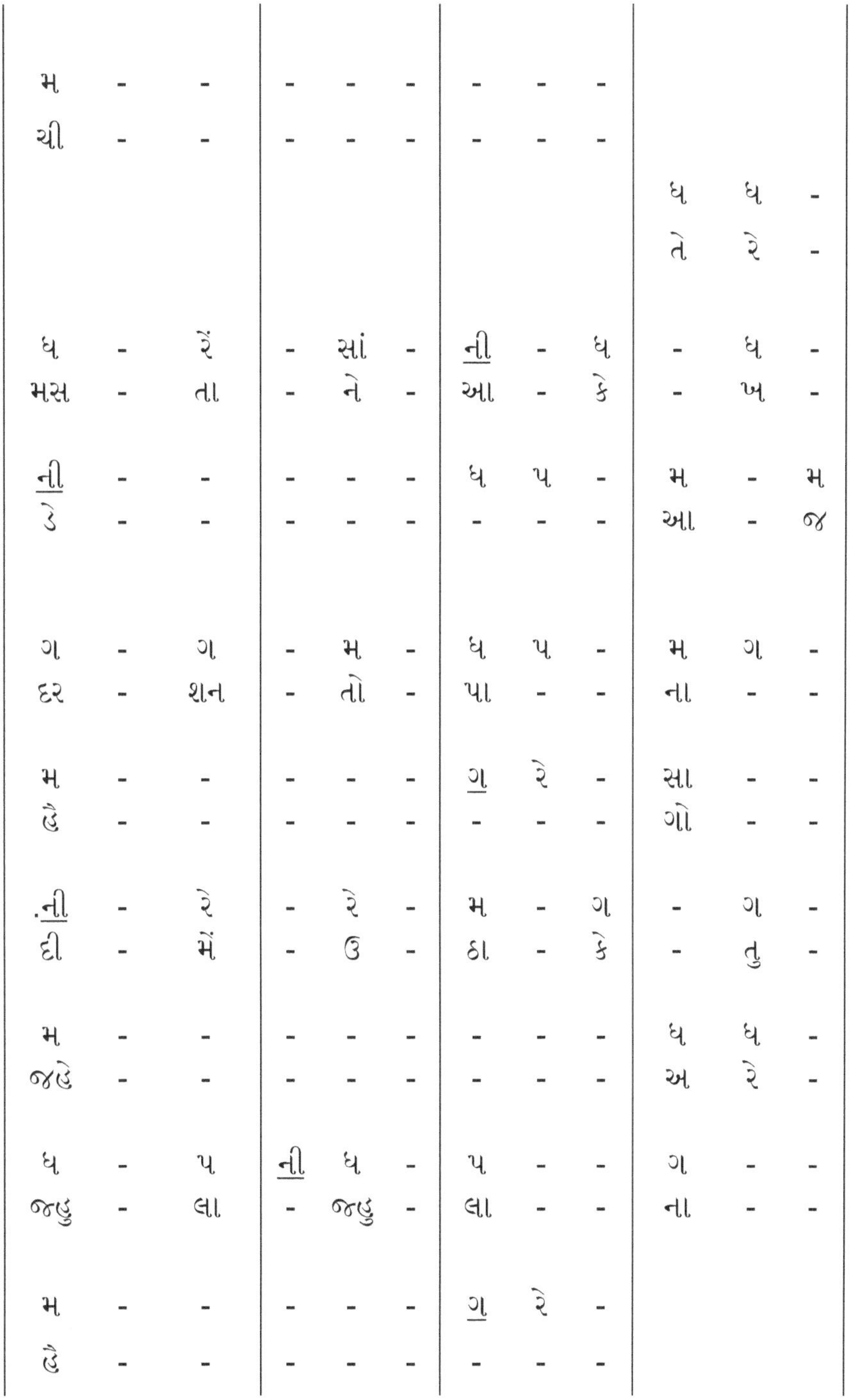

મ	-	-	-	-	-	-	-	-			
ચી	-	-	-	-	-	-	-	-			
									ધ	ધ	-
									તે	રે	-
ધ	-	રેં	-	સાં	-	ની	-	ધ	-	ધ	-
મસ	-	તા	-	ને	-	આ	-	કે	-	ખ	-
ની	-	-	-	-	-	ધ	પ	-	મ	-	મ
ઉ	-	-	-	-	-	-	-	-	આ	-	જ
ગ	-	ગ	-	મ	-	ધ	પ	-	મ	ગ	-
દર	-	શન	-	તો	-	પા	-	-	ના	-	-
મ	-	-	-	-	-	ગ	રે	-	સા	-	-
હૈ	-	-	-	-	-	-	-	-	ગો	-	-
ની	-	રેં	-	રેં	-	મ	-	ગ	-	ગ	-
દી	-	મેં	-	ઉ	-	ઠા	-	કે	-	તુ	-
મ	-	-	-	-	-	-	-	-	ધ	ધ	-
જહે	-	-	-	-	-	-	-	-	અ	રે	-
ધ	-	પ	ની	ધ	-	પ	-	-	ગ	-	-
જહુ	-	લા	-	જહુ	-	લા	-	-	ના	-	-
મ	-	-	-	-	-	ગ	રે	-			
હૈ	-	-	-	-	-	-	-	-			

Panel 1:

ધ	-	રં
સૂ	-	૨
ની	-	-
રી	-	-
ગ	-	ગ
મ	ન	કો
મ	-	-
ડી	-	-
.ની	-	રે
જ	લ	કો
મ	-	-
જહે	-	-
ધ	-	પ
ટી	-	કા
મ	-	-
હે	-	-

Panel 2:

-	સાં	-
ત	કં	-
-	-	-
-	-	-
-	મ	-
-	હે	-
-	-	-
-	-	-
-	રે	-
-	લ	-
-	-	-
-	-	-
ની	ધ	-
-	લ	-
-	-	-
-	-	-

Panel 3:

ની	-	ધ
હૈ	-	યા
ધ	પ	-
-	-	-
ધ	-	પ
ભા	-	યે
ગ	રે	-
-	-	-
મ	-	ગ
ગા	-	ક
-	-	-
-	-	-
પ	-	-
ગા	-	-
ગ	રે	-
-	-	-

Panel 4:

ધ	ધ	-
ભો	લી	-
-	ધ	-
-	તે	-
મ	મ	-
મે	રે	-
-	ગ	-
-	બ	-
સા	-	-
કા	-	-
-	ગ	-
૨	તુ	-
ધ	ધ	-
કા	લા	-
ગ	-	-
ના	-	-
ધ	-	ધ
મં	-	દ

વિનોદ કુમાર

ધ	-	રં	-	સાં	-	ની	-	ધ	-	ધ	-
મુ	સ	કા	-	ન	-	કાં	-	હા	-	તે	-
ની	-	-	-	-	-	ધ	પ	-	મ	-	મ
રી	-	-	-	-	-	-	-	-	ક	-	ષ
ગ	-	ગ	-	મ	-	ધ	-	પ	-	ગ	-
ટોં	-	કો	-	મિ	-	ટા	-	યે	-	મે	-
મ	-	-	-	-	-	ગ	રે	-	સા	સા	-
રી	-	-	-	-	-	-	-	-	તે	રા	-
.ની	-	રે	-	રે	-	મ	-	ગ	-	ગ	-
ગુ	ણ	ગા	-	ન	-	ગા	-	તે	-	હુ	-
મ	-	-	-	-	-	-	-	-	ધ	-	-
એ	-	-	-	-	-	-	-	-	જી	-	-
પ	-	ની	-	ધ	-	પ	-	-	ગ	-	-
વ	ન	કો	-	બિ	-	તા	-	-	ના	-	-
મ	-	-	-	-	-	ગ	રે	-			
હે	-	-	-	-	-	-	-	-			
									ધ	-	-
									જં	-	-
ધ	-	રં	-	સાં	-	ની	-	ધ	-	ધ	-
મોં	-	સે	-	ત	-	ર	સ	તી	-	થી	-
ની	-	-	-	-	-	ધ	પ	-	મ	મ	-
મૈં	-	-	-	-	-	-	-	-	ઇ	સ	-

ગ	ગ	ગ	-	મ	-	ધ	પ	મ	-	ગ	-
જ	ગ	માં	-	ભ	-	ટ	ક	તી	-	થી	-
મ	-	-	-	-	-	ગ	રે	-	સા	સા	-
મૈં	-	-	-	-	-	-	-	-	ચ	ર	ણ
.ની	-	રે	-	રે	-	મ	-	-	ગ	-	-
મા	-	થે	-	લ	-	ગા	-	-	ના	-	-
મ	-	-	-	-	-	-	-	-	ધ	ધ	-
હૈ	-	-	-	-	-	-	-	-	ભ	વ	-
પ	-	ની	-	ધ	-	પ	-	-	ગ	-	-
સા	-	ગર	તર	-	-	જ	-	-	ના	-	-
મ	-	-	-	-	-	ગ	રે	-			
હૈ	-	-	-	-	-	-	-	-			
									સા	-	સા
									આ	-	જ
.ની	-	રે	-	રે	-	-	-	-	સા	-	સા
ગો	-	કુ	લ	મેં	-	-	-	-	આ	-	જ
.ની	-	રે	-	રે	-	-	-	-	સા	-	સા
મં	-	દિ	ર	મેં	-	-	-	-	આ	-	જ
.ની	-	રે	-	રે	-	મ	-	-	ગ	-	ગ
ધ	ર	ધ	ર	મેં	-	ધૂ	-	-	મ	-	મ

મ	-	-	-	-	-	-	-	-	ધ	-	ધ
ચી	-	-	-	-	-	-	-	-	આ	-	જ
ધ	-	પ	ની	ધ	-	પ	-	-	ગ	-	-
હ	ર	દિ	લ	દી	-	વા	-	-	ના	-	-
મ	-	-	-	-	-	ગ	રે	-	સા	સા	-
હૈ	-	-	-	-	-	-	-	-	કં	હૈ	-
.ની	-	રે	-	રે	-	મ	-	-	ગ	-	-
યા	-	કો	-	સ	-	જ	-	-	ના	-	-
મ	-	-	-	-	-	-	-	-	ધ	-	-
હૈ	-	-	-	-	-	-	-	-	જં	-	-
પ	-	ની	-	ધ	-	પ	-	-	ગ	-	-
મો	ત	સ	વ	મ	-	ના	-	-	ના	-	-
મ	-	-	-	-	-	ગ	રે	-	સા	-	સા
હૈ	-	-	-	-	-	-	-	-	આ	-	જ
.ની	-	રે	-	રે	-	મ	-	-	ગ	-	ગ
ગો	-	ફુ	લ	મેં	-	ધૂ	-	-	મ	-	મ
મ	-	-	-	-	-	-	-	-			
ચી	-	-	-	-	-	-	-	-			
ધ	ધ	-	ધ	ધ	-	મ	-	મ	મ	-	-
(હા	થી	-	ધો	ડા	-	પા	-	લ	કી	-	-

રે	-	રે	રે	મ	-	સા	-	સા	.ની		
જય	-	કં	હૈ	યા	-	લા	-	લ	કી	-	-)x3

5. બંસી વાલે કે ચરણો में

કૃષ્ણ ભજન   ગાયિકા: નિકુંજ કામરા
તાલ: કહરવા   કોર્ડ: સામ રેપ   સા=C#
https://youtu.be/1Du-5K2WJ8g

બંસી વાલે કે ચરણો में સર હો મેરા, ફિર ના પૂછો કે ઉસ વક્ત ક્યા બાત હૈ
ઉનકે દ્વારે પે ડાલા હૈ જબ સે ડેરા, ફિર ના પૂછો કે કૈસી મુલાકાત હૈ

યે ના ચાહું કે મુજહ કો ખુદાઈ મિલે, યે ના ચાહું મુજહે બાદશાહી મિલે
ખાક દર કી મિલે યે મુક્દ્દર મેરા, ઈસસે બઢકર બતાઓ ક્યા સૌગાત હૈ

હો ગુલામી અગર આલી દરબાર કી, યહ ખુદાઈ ભી હૈ બાદશાહી ભી હૈ
દાસી દર કી ભિખારિન બને જિસ વક્ત , ઈસસે બઢકર બતાઓ કી ક્યા બાત હૈ

ગોવિંદ મેરો હૈ ગોપાલ મેરો હૈ
શ્રી બાંકે બિહારી નંદલાલ મેરો હૈ

विनोद कुमार

बंसी वाले के चरणो में

धा	गे	न	ति	न	के	धि	न	धा	गे	न	ति	न	के	धि	न
1	2	3	4	5	6	7	8	1	2	3	4	5	6	7	8
												.प	-	.नी	-
												बं	-	सी	-
सा	-	-	सा	-	-	सा	-	सा	-	-	सा/म	-	-	रे	-
वा	-	-	ले	-	-	के	-	चर	-	-	नों	-	-	में	-
.नी	-	-	रे	-	-	रे	-	रे	-	-	-	प	-	प	-
सर	-	-	हो	-	-	मे	-	रा	-	-	-	फि	र	ना	-
प	-	-	म	-	-	रे	-	सा	.नी	-	रे	-	-	रे	-
पू	-	-	छो	-	-	के	-	उ	स	-	व	-	क	त	-
सा	-	-	सा	-	-	सा	-	सा	-	-	-	.प	-	.नी	-
क्या	-	-	बा	-	-	त	-	हे	-	-	-	उ	न	के	-
सा	-	-	सा	-	-	सा	-	सा	-	-	सा/म	-	-	रे	-
दूवा	-	-	रे	-	-	पे	-	डा	-	-	ला	-	-	हे	-
.नी	-	-	रे	-	-	रे	-	रे	-	-	-	प	-	प	-
ज	ब	-	से	-	-	उ	-	रा	-	-	-	फि	र	ना	-
प	-	-	म	-	-	रे	-	.नी	-	-	रे	-	-	रे	-
पू	-	-	छो	-	-	कि	-	कै	-	-	सी	-	-	मु	-
सा	-	-	सा	-	-	सा	-	सा	-	-	-				
ला	-	-	का	-	-	त	-	हे	-	-	-				

												રે	-	મ	-
												યે	-	ના	-
પ	-	-	પ	-	-	પ	-	મ	પ	-	રે	-	-	મ	-
ચા	-	-	હૂં.	-	-	કે	-	મુ	જહ	-	કો	-	-	ખુ	-
પ	-	-	પ	-	-	પ	-	પ	-	-	-	પ	-	પ	-
દા	-	-	ઇ	-	-	મિ	-	લે	-	-	-	યે	-	ના	-
પ	-	-	મ	-	-	રે	-	.ની	-	-	રે	-	-	રે	-
ચા	-	-	હૂં.	-	-	મુ	-	જહે	-	-	બા	-	-	દ	-
સા	-	-	સા	-	-	સા	-	સા	-	-	-	.પ	-	.ની	-
શા	-	-	હી	-	-	મિ	-	લે	-	-	-	ખા	-	ક	-
સા	-	-	સા	-	-	સા	-	સા	-	-	-	સા/મ	-	રે	-
દર	-	-	કી	-	-	મિ	-	લે	-	-	-	યે	-	મુ	-
.ની	-	-	રે	-	-	રે	-	રે	-	-	-	પ	-	પ	-
ક	-	-	દદ	ર	-	મે	-	રા	-	-	-	ઇ	સ	સે	-
પ	-	-	મ	-	-	રે	-	.ની	-	-	રે	-	-	રે	-
બ	ઢ	-	ક	-	ર	બ	-	તા	-	-	ઓ	-	-	ક્યા	-
સા	-	-	સા	-	-	સા	-	સા	-	-	-	રે	-	મ	-
સૌ	-	-	ગા	-	-	ત	-	હૈ	-	-	-	હો	-	ગુ	-
પ	-	-	પ	-	-	પ	-	મ	પ	-	રે	-	-	મ	-
લા	-	-	મી	-	-	અ	-	ગ	ર	-	આ	-	-	લી	-
પ	-	-	પ	-	-	પ	-	પ	-	-	-	પ	-	પ	-
દ	ર	-	બા	-	-	ર	-	કી	-	-	-	યે	-	ખુ	-

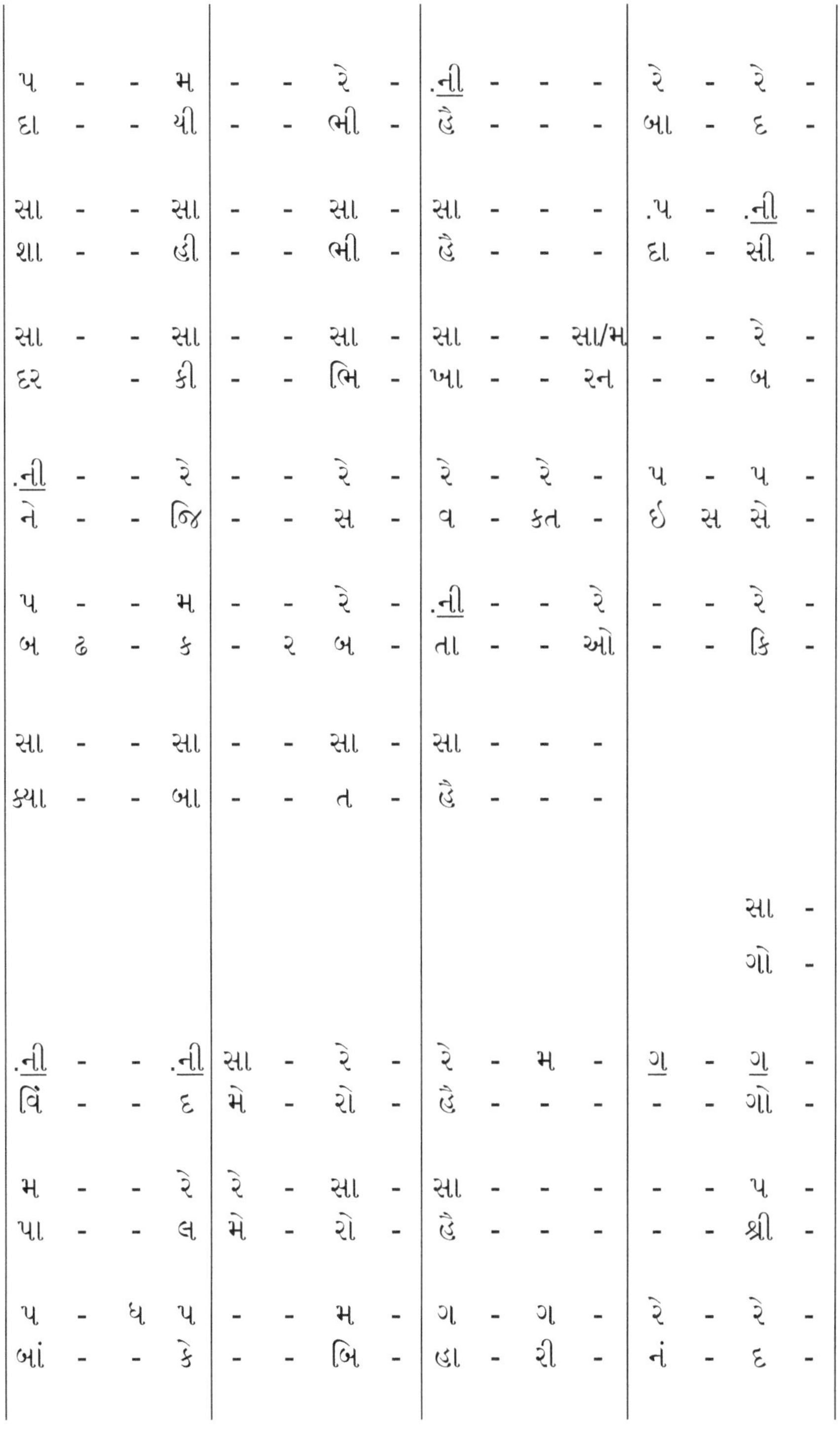

વિનોદ કુમાર

1	2	3	4	5	6	7	8	9	10	11	12	13	14	15	16
પ	-	-	મ	-	-	રે	-	.ની	-	-	-	રે	-	રે	-
દા	-	-	યી	-	-	ભી	-	હૈ	-	-	-	બા	-	દ	-
સા	-	-	સા	-	-	સા	-	સા	-	-	-	.પ	-	.ની	-
શા	-	-	હી	-	-	ભી	-	હૈ	-	-	-	દા	-	સી	-
સા	-	-	સા	-	-	સા	-	સા	-	-	સા/મ	-	-	રે	-
દર		-	કી	-	-	ભિ	-	ખા	-	-	રન	-	-	બ	-
.ની	-	-	રે	-	-	રે	-	રે	-	રે	-	પ	-	પ	-
ને	-	-	જિ	-	-	સ	-	વ	-	કત	-	ઇ	સ	સે	-
પ	-	-	મ	-	-	રે	-	.ની	-	-	રે	-	-	રે	-
બ	ઢ	-	ક	-	૨	બ	-	તા	-	-	ઓ	-	-	કિ	-
સા	-	-	સા	-	-	સા	-	સા	-	-	-				
ક્યા	-	-	બા	-	-	ત	-	હૈ	-	-	-				
														સા	-
														ગો	-
.ની	-	-	.ની	સા	-	રે	-	રે	-	મ	-	ગ	-	ગ	-
વિં	-	-	દ	મે	-	રો	-	હૈ	-	-	-	-	-	ગો	-
મ	-	-	રે	રે	-	સા	-	સા	-	-	-	-	-	પ	-
પા	-	-	લ	મે	-	રો	-	હૈ	-	-	-	-	-	શ્રી	-
પ	-	ધ	પ	-	-	મ	-	ગ	-	ગ	-	રે	-	રે	-
બાં	-	-	કે	-	-	બિ	-	હા	-	રી	-	નં	-	દ	-

ગ	-	-	ગ	રે	-	સા	-	સા	-	-	-	-	-	સા	-
લા	-	-	લ	મે	-	રો	-	હૈ	-	-	-	-	-	ગો	-
.ની	-	-	-	રે	-	સા	-	સા	-	-	-	-	-	સા	-
વિં	-	-	દ	મે	-	રો	-	હૈ	-	-	-	-	-	ગો	-
.ની	-	-	-	રે	-	સા	-	સા	-	-	-	-	-	મ	
પા	-	-	લ	મે	-	રો	-	હૈ	-	-	-	-	-	ગો	-
ગ	-	-	મ	રે	-	સા	-	સા	-	-	-	-	-	મ	-
વિં	-	-	દ	મે	-	રો	-	હૈ	-	-	-	-	-	ગો	-
મ	-	-	-	રે	-	સા	-	સા	-	-	-	-	-		
પા	-	-	લ	મે	-	રો	-	હૈ	-	-	-	-	-		

6. બ્રજ મેં રતન રાધિકા ગોરી

રાધા ભજન   સંગીતકાર: ટીનું સિંહ
ગીતકાર: મધુપ   ગાયક: ટીનું સિંહ
તાલ: કહરવા દ્રુગુન   કોર્ડ: ગપની પનીરેં સા=C#
https://youtu.be/2onj3z4TenE

સબ રસિકન કી પ્રાણન પ્યારી, બ્રિજ મંડલ સરકાર હૈ રાધા
રાસેશ્વરી રસ રુપ ઉજિયારી, બ્રિજ લીલા આધાર હૈ રાધા
મધુપ હરી ગુલામ હૈ જિનકો, અષ્ટ સખીયન સરદાર હૈ રાધા

બ્રિજ મેં રતન રાધિકા ગોરી, રાધિકા ગોરી રાધિકા ગોરી
ઓ બ્રિજ મેં-ઉ રતન રાધિકા ગોરી

કુમુદ કલી રસમયી રસભોરી અતિ કરુણામયી કમલ કિશોરી
પ્રિયે વાદિની મધુર ભાષિણી સ્વર્ણ લતા અતિ ગોરી
બ્રિજ મેં-ઉ રતન રાધિકા ગોરી

રાસ સ્વામિની રાધા રાની, સંત ભક્ત રસિકન મહારાની
અતિ બડભાગન સદા સુહાગન, બરસાને કી છોરી
બ્રિજ મેં-ઉ રતન રાધિકા ગોરી

સબ સુખ સાર પરમધન રાધા, રાધા નામ હરે હર બાધા
કહેં મધુપ કર પાન રાધા રસ, બજે બાંસ કી પોરી
બ્રિજ મેં-ઉ રતન રાધિકા ગોરી
રાધા રાધા રાધા રાધા રાધા રાધા રા-ધા-
રાધા રાધા રા-ધા-

બ્રજ મેં રતન રાધિકા ગોરી

ધા	-તિ	ના	ધેના	ધા	-તિ	ના	ધેના	ધા	-તિ	ના	ધેના	ધા	-તિ	ના	ધેના
1	2	3	4	5	6	7	8	1	2	3	4	5	6	7	8

પ્રીલુડ:

રેં	રેંરેંરેં		સાંની	સાંગરેંરેં	રેં રેં										
સબ	રસિકન	કી-	પ્રા-ણન	પ્યારી											
ગંગં	ગંગંગં	ગંગં	ગંપંગંપં	ગં	રેં										
બ્રિજ	મંડલ	સર	કા--ર	હૈ	રાધા										
ગંગંગંગં	રેંસાં	ગં	રેંસાંનીધ												
રાસેશ્વરી	રસ	રૂપ	ઉજિયારી												
ધધ	ધસાં	સાંની	ધ	પપ											
બ્રિજ	લીલા	આધાર	હૈ	રાધા											
ગંગંગં	ગંગં	સાંસાંગરેં	સાં	નીધનની-ધ											
મધુપ	હરી	ગુલા-મ	હૈ	જિસકો—											
સાંસાં	સાંસાંસાં	સાં ધની	ધ	પપ											
અષ્ટ	સખિયન	સરદાર	હૈ	રાધા											
															પ
															ઓ
ગ	પ	પ	ધ	ધ	ની	ની	ધ	-	ધ	પ	ગ	પ	-	પ	-
બ્રિ	જ	મેં	-	૨	ત	ન	રા	-	ધિ	કા	-	ગો	-	રી	-

-	સાં	સાં	સાં	રેં	ગં	-	-	-	-	-	-	રેં	મં	ગં	રેં
-	રા	ધિ	કા	ગો	રી	-	-	-	-	-	-	ઈ	ઈ	ઈ	ઈ

સાં	ની	ધ	પ	ધ	પ	-	પ	ગ	પ	પ	-	રેં	રેં	-	પ
ઈ	ઈ	ઈ	ઈ	ઈ	ઈ	-	ઓ	બ્રિ	જ	મેં	-	જય	હો	-	ઓ

ગ	પ	પ	-	રેં	રેં	-	પ	ગ	પ	પ	ધ	ધ	ની	ની	ધ
બ્રિ	જ	મેં	-	જય	હો	-	ઓ	બ્રિ	જ	મેં	-	ર	ત	ન	રા

-	ધ	પ	ગ	પ	-	પ	-	-	-	-	-	ગં	ગં	રેં	ગં
-	ધિ	કા	-	ગો	-	રી	-2	-	-	-	-	ગો	રી	ઈ	ઈ

રેં	-	રેં	-
ઈ	-	ઈ	-

ઈન્ટરલુડ: રે ગ પ- પ- પ-   રે ગ ધ – ધ- ધ-   પ ધ ની- ધ- ની- ધ-   પ
પ- પ- x2

સાં	સાં	સાં	સાં	ગં	-	ગં	ગં	રેં	મં	ગં	રેં	રેં	-	રેં	-
કુ	મુ	દ	ક	લી	-	ર	સ	મ	યી	ર	સ	ભો	-	રી	-

સાં	સાં	સાં	સાં	ગં	-	ગં	ગં	રેં	મં	ગં	રેં	રેં	-	રેં	-
અ	તિ	ક	રૂ	ના	-	મ	યી	ક	મ	લ	કિ	શો	-	રી	-

ગં	ગં	-	ગં	-	ગં	ગં	-	રેં	રેં	રેં	ગં	રેં	સાં	સાં	-
પ્રિ	યે	-	વા	-	દિ	ની	-	મ	ધુ	ર	ભા	-	ષિ	ણી	-

રેં	મં	મં	ગં	ગં	-	રેં	રેં	સાં	-	સાં	-	ની	-	ધ	પ
સ્વ	ર	ન	લ	તા	-	અ	તિ	ગો	-	રી	-	-	-	-	-

-	-	-	-	ગ	પ	પ	-	રેં	રેં	-	પ	ગ	પ	પ	-
-	-	-	-	બ્રિ	જ	મેં	-	જય	હો	-	ઓ	બ્રિ	જ	મેં	-

રેં	રેં	-	પ	ગ	પ	પ	-	ધ	ની	ની	ધ	-	ધ	પ	ગ
જય	હો	-	ઓ	બ્રિ	જ	મેં	-	ર	ત	ન	રા	-	ધિ	કા	-

પ	-	પ	-
ગો	-	રી	-

ઈન્ટરલુડ: રે ગ પ- પ- પ-   રે ગ ધ – ધ- ધ-   પ ધ ની- ધ- ની- ધ-   પ-
પ- પ- x2

સાં	-	સાં	ગં	-	ગં	ગં	રેં	મં	-	ગં	રેં	રેં	-	રેં	-
રા	-	સ	સ્વા	-	મિ	ની	-	રા	-	ધા	-	રા	-	ની	-

સાં	-	સાં	ગં	-	ગં	ગં	રેં	મં	મં	ગં	રેં	રેં	-	રેં	-
સં	-	ત	ભ	-	ક્ત	ર	સિ	ક	ન	મ	હા	રા	-	ની	-

પં	-	પં	પં	-	મં	ગં	ગં	મં	મં	ગં	ગં	રેં	-	રેં	-
સં	-	ત	ભ	-	ક્ત	ર	સિ	ક	ન	મ	હા	રા	-	ની	-

ગં	ગં	ગં	ગં	ગં	-	ગં	ગં	રેં	રેં	-	ગં	રેં	-	સાં	સાં
અ	તિ	બ	ડ	ભા	-	ગ	ન	સ	દા	-	સુ	હા	-	ગ	ન

રેં	મં	મં	-	ગં	-	રેં	-	સાં	-	સાં	-	ની	-	ધ	પ
બ	ર	સા	-	ને	-	ક્રી	-	છો	-	રી	-	-	-	-	-

-	-	-	-	ગ	પ	પ	-	રેં	રેં	-	પ	ગ	પ	પ	-
-	-	-	-	બ્રિ	જ	મેં	-	જય	હો	-	ઓ	બ્રિ	જ	મેં	-

રેં	રેં	-	પ	ગ	પ	પ	-	ધ	ની	ની	ધ	-	ધ	પ	ગ
જય	હો	-	ઓ	બ્રિ	જ	મેં	-	ર	ત	ન	રા	-	ધિ	કા	-

પ - પ - | | |
ગો - રી - | | |

ઈન્ટરલ્યુડ: રે ગ પ- પ- પ-   રે ગ ધ – ધ- ધ-   પ ધ ની- ધ- ની- ધ-   પ-
પ- પ- x2

સાં	સાં	સાં	સાં	ગં	-	ગં	ગં	રેં	મં	ગં	રેં	રેં	-	રેં	-
સ	બ	સુ	ખ	સા	-	ર	પ	ર	મ	ધ	ન	રા	-	ધા	-
સાં	-	સાં	-	ગં	-	ગં	રેં	મં			ગં	રેં	રેં	-	રેં	-
રા	-	ધા	-	ના	-	મ	હ	રે	-	હ	ર	બા	-	ધા	-
ગં	ગં	-	ગં	ગં	ગં	ગં	ગં	રેં	-	રેં	ગં	રેં	-	સાં	સાં
ક	હેં	-	મ	ધુ	પ	ક	ર	પા	-	ન	રા	ધા	-	ર	સ
રેં	મં	-	ગં	-	રેં	રેં	-	સાં	-	સાં	-	ની	-	ધ	પ
બ	જે	-	બાં	-	સ	કી	-	પો	-	રી	-	-	-	-	-
-	-	-	-	ગ	પ	પ	-	રેં	રેં	-	પ	ગ	પ	પ	-
-	-	-	-	બ્રિ	જ	મેં	-	જય	હો	-	ઓ	બ્રિ	જ	મેં	-
રેં	રેં	-	પ	ગ	પ	પ	-	ધ	ની	ની	ધ	-	ધ	પ	ગ
જય	હો	-	ઓ	બ્રિ	જ	મેં	-	ર	ત	ન	રા	-	ધિ	કા	-
પ	-	પ	-	-	-	-	પ	પ	પ	પ	પ	પ	પ	પ	પ
ગો	-	રી	-	-	-	-	શ્રી	રા	ધા	રા	ધા	રા	ધા	રા	ધા
ની	ની	ધ	ધ	પ	-	પ	-	(પનીરેં) ક્રોર્ડ બજાએં							
રા	ધા	રા	ધા	રા	-	ધા	-x4	રા	ધા	રા	ધા	રા	-	ધા	-x4

7. છવિ દેખ તુમ્હારી મનમોહન

કૃષ્ણ ભજન (2021) સંગીતકાર: વિનોદ કુમાર
ગીતકાર: વિનોદ કુમાર ગાયક: અભિષેક ભામા, મુસ્કાન, વિનોદ
તાલ: કહરવા કોર્ડ: <u>ગ</u>મે<u>ની</u> સા=C#
કૃષ્ણ ભજન: https://youtu.be/gDe6F6GYGLE

છવિ દેખ તુમ્હારી મન મોહન, દિલ પ્રેમ નીર में ભીગ ગયા

આયે હૈ દર પે ભક્ત તુમ્હારે, આસ કી જ્યોત જલાયે હુએ
આજ પ્રભુ તેરી કિરપા બરસે, વંશી સે મીઠે ગીત સુના

છવિ દેખ તુમ્હારી મનમોહન

ધા	_	તા	તા	તા	-	ધા	ધા	ધા	-	તા	તા	તા	-	ધા	ધા
1	2	3	4	5	6	7	8	1	2	3	4	5	6	7	8
						મે	મ								
						છ	વિ								
રે	-	રે	રે	સા	રે	.ની	સા	<u>ગ</u>	<u>ગ</u>	<u>ગ</u>	-	<u>ગ</u>	<u>ગ</u>	સા	<u>ગ</u>
દ	-	ખ	તું	હા	-	રી	-	મ	ન	મો	-	હ	ન	દિ	લ
મ	-	મ	મ	-	મ	મે	<u>ની</u>	મે	-	મ	મ	<u>ગ</u>	-		
પ્રે	-	મ	ની	-	ર	મેં	-	ભી	-	ગ	ગ	યા	-		
	<u>ની</u>	<u>ની</u>	સાં	સાં	સાં	સાં	-	-	મે	મે	મે	મ	મે	મ	<u>ગ</u>
	આ	યે	હૈં	દ	ર	પે	-	-	ભ	ક્ત	તુ	મહા	-	રે	-

-	ની	ની	ની	ધ	ની	ધ	મે	મ	મે	મ	ગ	મ	મે	ની	-
-	આ	સ	કી	જ્યો	-	ત	જ	લા	-	યે	હુ	એ	-	-	-
-	મે	મે	મે	મે	-	મે	મે	-	મમે	મ	ગ	ગ	ગ	ગ	સા
-	આ	જ	પ્ર	ભૂ	-	તે	રી	-	કિર	પા	-	બ	ર	સે	-
-	સા	ગ	ગ	મ	-	મે	ની	મે	-	મ	મ	ગ	-		
-	વં	શી	સે	મી	-	ઠે	-	ગી	-	ત	સુ	ના	-		

8. ડમ ડમ ડમ ડમ ડમરૂ બાજે

શિવ ભજન	ગાયક: હરિ ઓમ શરણ
તાલ: કહરવા	કોર્ડ: સાગપ સા=E

https://youtu.be/c0UWiv_XNhc

ડમ ડમ ડમ ડમ ડમરૂ બાજે
જૈ શંકર કૈલાશ પતી -૨

ભવ તારક હૈ નામ તિહારા, દીન અનાથોં ક રખવાલા
પૂરણ પરમાનંદ પ્રકાશી, અખિલેશ્વર ભગતન સુખરાશી
જૈ શંકર કૈલાશ પતી -૨

જૈ જૈ કાર કરે નર નારી, ભોલા ભંડારી, ભોલા ભંડારી
ભોલા ભંડારી નમઃ શિવાય, દયા કરો ભોલા ભંડારી
પૂરણ બ્રહ્મ સદા અવિનાશી, યોગેશ્વર મમ હૃદય નિવાસી
જૈ શંકર કૈલાશ પતી -૨

ડમ ડમ ડમ ડમ ડમરૂ બાજે

ધા	ગે	ન	તી	ન	કે	ધિ	ન	ધા	ગે	ન	તી	ન	કે	ધિ	ન
1	2	3	4	5	6	7	8	1	2	3	4	5	6	7	8
સા	-	સા	ગ	ગ	-	ગ	-	ગ	મ	મ	પ	પ	-	પ	-
ડ	મ	ડ	મ	ડ	મ	ડ	મ	ડ	મ	રૂ	-	બા	-	જે	-
પ	-	-	-	પ	-	-	-	પ	-	-	-	મ	ગ	રે	-
-	-	-	-	-	-	-	-	-	-	-	-	-	-	-	-
સા	-	સા	ગ	ગ	-	ગ	-	ગ	મ	મ	પ	પ	-	પ	-
ડ	મ	ડ	મ	ડ	મ	ડ	મ	ડ	મ	રૂ	-	બા	-	જે	-
-	-	સા	-	-	રે	-	-	ગ	-	ગ	-	ગ	મ	પ	-
-	-	જૈ	-	-	શં	-	-	ક	-	ર	-	કૈ	-	-	-
-	-	ગ	-	-	રે	-	સા	સા	-	-	-	રે	-	.ની	-
-	-	લા	-	-	શ	-	પ	તી	-	-	-	ઈ	-	ઈ	-
-	-	સા	-	-	રે	-	-	ગ	-	ગ	-	ગ	મ	પ	-
-	-	જૈ	-	-	શં	-	-	ક	-	ર	-	કૈ	-	-	-
-	-	ગ	-	-	રે	-	સા	સા	-	-	-	-	-	-	-
-	-	લા	-	-	શ	-	પ	તી	-	-	-	-	-	-	-
		મ	પ	-	મ	-	ગ	ગ	-	ગ	-	ગ	ગ	સા	-
		ભ	વ	-	તા	-	-	ર	-	ક	-	હૈ	-	-	-
-	-	મ	પ	-	મ	-	ગ	ગ	-	-	-	ગ	ગ	સા	-
		ના	-	-	મ	-	તિ	હા	-	-	-	રા	-	-	-
ધા	ગે	ન	તી	ન	કે	ધિ	ન								

-	-	મ	પ	-	મ	-	ગ	ગ	-	-	-	ગ	ગ	સા	-
-	-	દી	-	-	ન	-	અ	ના	-	-	-	થોં	-	-	-
-	-	મ	પ	-	મ	-	ગ	ગ	-	-	-	ગ	-	-	-
-	-	કા	-	-	ર	-	ખ	વા	-	-	-	લા	-	-	-
ગ	-	ગ	ગ	ગ	ગ	ગ	-	મ	-	મ	પ	પ	-	પ	-
પૂ	-	ર	ણ	પ	ર	મા	-	નં	-	દ	પ્ર	કા	-	શી	-
ગ	ગ	ગ	-	ગ	ગ	ગ	ગ	મ	મ	મ	પ	પ	-	પ	-
અ	ખિ	લે	-	શ્વ	ર	ભ	ગ	ત	ન	સુ	ખ	રા	-	શી	-
-	-	સા	-	-	રે	-	-	ગ	-	ગ	-	ગ	મ	પ	-
-	-	જૈ	-	-	શં	-	-	ક	-	ર	-	કૈ	-	-	-
-	-	ગ	-	-	રે	-	સા	સા	-	-	-	રે	-	.ની	-
-	-	લા	-	-	શ	-	પ	તી	-	-	-	ઈ	-	ઈ	-
-	-	સા	-	-	રે	-	-	ગ	-	ગ	-	ગ	મ	પ	-
-	-	જૈ	-	-	શં	-	-	ક	-	ર	-	કૈ	-	-	-
-	-	ગ	-	-	રે	-	સા	સા	-	-	-	-	-	-	-
-	-	લા	-	-	શ	-	પ	તી	-	-	-	-	-	-	-
		મ	પ	-	મ	-	ગ	ગ	-	-	-	ગ	ગ	સા	-
		જૈ	-	-	જૈ	-	-	કા	-	-	-	ર	-	-	-
-	-	મ	પ	-	મ	-	ગ	ગ	-	-	-	ગ	ગ	સા	-
-	-	ક	રે	-	ન	-	ર	ના	-	-	-	રી	-	-	-

1	2	3	4	5	6	7	8	9	10	11	12	13	14	15	16
મ	-	પ	મ	-	ગ	ગ	-	ગ	-	ગ	ગ	-	ગ	સા	-
ભો	-	લા	ભં	-	ડા	રી	-	ભો	-	લા	ભં	-	ડા	રી	-
મ	-	પ	મ	-	ગ	ગ	-	ગ	ગ	-	ગ	ગ	-	-	-
ભો	-	લા	ભં	-	ડા	રી	-	ન	મઃ	-	શિ	વા	-	-	ય
-	-	મ	પ	-	-	મ	-	ગ	-	-	-	ગ	ગ	સા	-
-	-	દ	યા	-	-	ક	-	રો	-	-	-	ભો	-	-	-
-	-	મ	પ	-	મ	-	ગ	ગ	-	-	-	ગ	-	-	-
-	-	લા	-	-	ભં	-	-	ડા	-	-	-	રી	-	-	-
ગ	-	ગ	ગ	ગ	ગ	ગ	ગ	મ	-	મ	પ	પ	-	પ	-
પૂ	-	ર	ણ	બ્ર	હ	મ	સ	દા	-	અ	વિ	ના	-	શી	-
ગ	-	ગ	-	ગ	ગ	ગ	ગ	મ	મ	મ	પ	પ	-	પ	-
યો	-	ગે	-	શ્વ	ર	મ	મ	હ	દ	ય	નિ	વા	-	સી	-
-	-	સા	-	-	રે	-	-	ગ	-	ગ	-	ગ	મ	પ	-
-	-	જૈ	-	-	શં	-	-	ક	-	ર	-	કૈ	-	-	-
-	-	ગ	-	-	રે	-	સા	સા	-	-	-	રે	-	.ની	-
-	-	લા	-	-	શ	-	પ	તી	-	-	-	ઈ	-	ઈ	-
-	-	સા	-	-	રે	-	-	ગ	-	ગ	-	ગ	મ	પ	
-	-	જૈ	-	-	શં	-	-	ક	-	ર	-	કૈ	-	-	-
-	-	ગ	-	-	રે	-	સા	સા	-	-	-	-	-	-	-
-	-	લા	-	-	શ	-	પ	તી	-	-	-	-	-	-	-

9. દેવ મોઘરા કલી મેં ભૈરો

તાલ: કહરવા   કોર્ડ: મધુસાં   સા= C#

https://youtu.be/vJR6Wj-TVLw

દેવ મોઘરા કલી મેં ભૈરો રંગ ગયો રે

દેવ મોઘરા કલી મેં ભૈરો રંગ ગયો રે

દેવ મોઘરા કી લટપટ ડાર, દેવ મોઘરા કલી મેં ભૈરો રંગ ગયો રે

દેવ કહાં લગાઉં મરુઆ મોઘરા રે

દેવ કહાં લાલ અનાર, દેવ મોઘરા કલી મેં ભૈરો રંગ ગયો રે

દેવ ભુવન લગાઉં મરુઆ મોઘરા રે

દેવ અંગના મેં લાલ અનાર, દેવ મોઘરા કલી મેં ભૈરો રંગ ગયો રે

દેવ કાહે સે સીંચું મરુઆ મોઘરા રે

દેવ કાહે સે લાલ અનાર, દેવ મોઘરા કલી મેં ભૈરો રંગ ગયો રે

દેવ દુધુઅન સીંચું મરુઆ મોઘરા રે

દેવ ઈમરત લાલ અનાર, દેવ મોઘરા કલી મેં ભૈરો રંગ ગયો રે

દેવ નૌ રંગ ફૂલે મરુઆ મોઘરા રે

દેવ દસ રંગ લાલ અનાર, દેવ મોઘરા કલી મેં ભૈરો રંગ ગયો રે

દેવ ભૈરો કો ચઢાઉં મરુઆ મોઘરા રે

વીર લાન્ગુરે કો લાલ અનાર, દેવ મોઘરા કલી મેં ભૈરો રંગ ગયો રે

દેવ મોઘરા કલી માં ભૈરો

ધા	ગે	ન	તિ	ન	કે	ધી	ના	ધા	ગે	ન	તિ	ન	કે	ધી	ના
1	2	3	4	5	6	7	8	1	2	3	4	5	6	7	8

પ્રીલુડ:

મમ ધસાં ---- મં ગં રેં સાં-----

ની સાં ગં રેં સાં ની

ધ – પ મ મ ગ ધ – પ મ

														ધ	ધ
														દે	વ
ધ	-ધ	ધ	ધ	ધ	ધ	પ	મ	પ	મ	મ	મ	મ	-	ધ	ધ
મો	-ધ	રા	ક	લી	માં	ભૈ	રોં	ર	મ	ગ	યો	રે	-	દે	વ
ધ	-ધ	ધ	ધ	ધ	ધ	ની	ની	ની	-	ધ	-	પ	-	ધ	ધ
મો	-ધ	રા	કી	લ	ટ	પ	ટ	ડા	-	-	-	ર	-	દે	વ
ધ	-ધ	ધ	ધ	ધ	ધ	પ	મ	પ	મ	મ	મ	મ	-		
મો	-ધ	રા	ક	લી	માં	ભૈ	રોં	ર	મ	ગ	યો	રે	-		

ઈન્ટરલુડ:

સાં --- નીસાં નીસાં રેંસાંનીધ

ની --- ધની ધની સાંનીધપ

ધ --- પધ પધ નીધપમ મ મ ---

														મ	મ
														દે	વ

ગ	ગ	-	ગ	મ	ધ	ધ	પ	મ	-	ગ	મ	મ	-	ધ	-
ક	હાં	-	લ	ગા	ઉાં	મરૂ	આ	મો	-	ધ	રા	રે	-	એ	-

ધ	-	ધ	-	ધ	-	ની	ની	ની	-	ધ	-	પ	-	ધ	-
ક	-	હાં	-	લા	-	લ	અ	ના	-	આ	-	ર	-	દ	વ

ધ	-ધ	ધ	ધ	ધ	ધ	પ	મ	પ	મ	મ	મ	મ	-
મો	-ધ	રા	ક	લી	માં	ભૈ	રોં	ર	મ	ગ	યો	રે	-

ઇન્ટરલુડ:

સાં --- નીસાં નીસાં રેંસાંનીધ

ની --- ધની ધની સાંનીધપ

ધ --- પધ પધ નીધપમ   મ મ ---

મ	મ
દ	વ

ગ	ગ	ગ	ગ	મ	ધ	ધ	પ	મ	-	ગ	મ	મ	-	ધ	-
ભુ	વ	ન	લ	ગા	ઉાં	મરૂ	આ	મો	-	ધ	રા	રે	-	એ	-

ધ	ધ	ધ	ધ	ધ	-	ની	ની	ની	-	ધ	-	પ	-	ધ	-
અં	ગ	ના	માં	લા	-	લ	અ	ના	-	આ	-	ર	-	દ	વ

ધ	-ધ	ધ	ધ	ધ	ધ	પ	મ	પ	મ	મ	મ	મ	-
મો	-ધ	રા	ક	લી	માં	ભૈ	રોં	ર	મ	ગ	યો	રે	-

બાકી એસે હી બજાયેં—

મમ ગગ ગ મધ ધપ મ ગમ મ

દેવ કાહે સે સીંયું મરૂઆ મો ધરા રે

ધ   ધધ   ધ   ધની   નીની ધ પ
એ કાહે સે લાલ અના - ૨,

ધ   ધધધ   ધધ ધ પમ પમ મમ મ
દેવ મોઘરા કલી મેં ભૈરોં રંગ ગયો રે

મમ મગગગ મ ધ   ધ પ મ ગમ મ
દેવ દુધુઅન સીંચું મરુઆ મો ઘરા રે

ધ   ધધધધ ધની નીની ધ પ
એ ઈમરત લાલ અના - ૨,   દેવ મોઘરા કલી .....

મમ મગ   ગગ મધ   ધ પ મ ગમ મ
દેવ નૌ- રંગ ફૂલે મરુઆ મો ઘરા રે

મધ   ધધ ધધ   ધનીની નીની ધ પ
એ   દસ રંગ લા-લ   અના - ૨, દેવ મોઘરા કલી ....

મ ગગ   ગ ગમ ધ ધ પ   મ ગમ મ
દેવ ભૈરોં   કો ચઢાંઊં મરુઆ મો ઘરા રે

ધ   ધધ ધ ધનીની   નીની ધ પ
વીર લંગુરે કો લા-લ   અના - ૨, દેવ મોઘરા કલી ....

10. દેવી સ્તુતિ

તાલ: કહરવા

રાગ: ભીમપલાસી
કોર્ડ: સાગપ   સા=C#

જય દેવી દુર્ગા ગૌરી શંકરી પાર્વતી

ભુવન મોહિની લલિતા લક્ષ્મી કલાવતી

જય દેવી દુર્ગા ગૌરી શંકરી પાર્વતી

કમલ કામિની હરી નારાયણી ભગવતી

વેદ માતા વિદ્યા દયાની ભારતી

હંસ વાહિની વીણા પાણી સરસ્વતી

દેવી સ્તુતિ

ધા	ગે	ન	તી	ન	કે	ધિ	ન	ધા	ગે	ન	તી	ન	કે	ધિ	ન
1	2	3	4	5	6	7	8	1	2	3	4	5	6	7	8

સારે .ની.ની રેરે   ગગ   રેસા.ની   સાસાસા
જય   દેવી   દુર્ગા ગૌરી   શંકરી   પાર્વતી

સામમ   મમગ   મપમ   ગગ   ગરે-.નીસારેગ-
ભુવન   મોહિની   લલિતા લક્ષ્મી   કલાવતી

ગગ   .ની.ની રેરે   ગગ   રેસા.ની   સાસાસા
જય   દેવી   દુર્ગા ગૌરી   શંકરી   પાર્વતી

પપમ   પપપ   મપ   પમ-રેમ   મપ મપ
કમલ   કામિની   હરી નારાયણી   ભગવતી

નીની	નીની	ધધ	પ-મમ	પધધપ
વેદ	માતા	વિદ્યા	દાયિની	ભારતી

પમ	પધધધ	મમ	ગગ	મરેસાસા
હંસ	વાહિની	વીણા	પાણી	સરસ્વતી

11. દેવી સ્તુતિ 2

તાલ: ભજની ઠેકા   રાગ= ભીમપલાસી

કોર્ડ: સાગપ   સા=.G

https://youtu.be/Ph3zjdE3XMg

દેવી જગ જનની શક્તિ માતા

પ્રણવ સ્વરુપીની પ્રાણેશ્વરી, દેવી જગ જનની શક્તિ માતા

જ્ઞાન પ્રદાયિની જ્ઞાનેશ્વરી, ત્રિપુર સુંદરી દક્ષાયિની

દેવી જગ જનની શક્તિ માતા

ભગવતી ભારતી નારાયણી, દેવી નારાયણી દેવી નારાયણી

દેવી જગ જનની શક્તિ માતા

જગદીશ્વરી જગન્મોહીની, કરુણા મયી સત્ય નારાયણી

દેવી જગ જનની શક્તિ માતા

વિનોદ કુમાર

દેવી સ્તુતિ 2

ધા	ગે	ના	તી	ન	કે	ધિં	ન	ધા	ગે	ના	તી	ન	કે	ધિં	ન
1	2	3	4	5	6	7	8	1	2	3	4	5	6	7	8

સા.નીસાગ઼મપ ગ઼મ પમગ઼ રે.ની સાસા
દેવી......... જગ જનની શક્તિ માતા

ગ઼ગ઼.ની સાગ઼-ગ઼ગ઼- ગ઼મપપમગ઼મ-ગ઼-
પ્રણવ સ્વરૂપિણી પ્રાણેશ્વરી

સા.નીસાગ઼મપ ગ઼મ પમગ઼ રે.ની સાસા
દેવી......... જગ જનની શક્તિ માતા

મપની પનીનીની પનીસાંનીપમપમ-ગ઼-
જ્ઞાન પ્રદાયિની જ્ઞાનેશ્વરી

ગ઼મપ નીસાંસાંસાં નીસાંસાંસાં નીધની-પ-મ-
ત્રિપુર સુંદરી દાક્ષાયિની

નીસાંગંગં સાંગંગંગં નીનીસાંસાંસાં
ભગવતી ભારતી નારાયણી

ગંગં નીસાંગંગં નીસાં નીપનીસાંસાં
દેવી નારાયણી દેવી નારાયણી

સાંસાંનીસાંનીપ પનીસાંનીપમપમ-ગ઼-
જગદીશ્વરી જગન્મોહિની

મપસાંસાં<u>ની</u>   પપ   મ<u>ગ</u>.<u>ની</u>સા
કરુણામયી   સત્ય   નારાયણી

12. ગાઈએ ગણપતિ જગવંદન

ગણપતિ ભજન   ગાયક: મો. હુસૈન, અહમદ હુસૈન
તાલ: કહરવા   કોડ: .નીરેપ સાગપ ગપની   સા=C#
https://youtu.be/Z-IkXNa-BpY

ગાઈએ ગણપતિ જગ વંદન, શંકર સુવન ભવાની નંદન

મોદક પ્રિય મુદ મંગલ દાતા, વિદ્યા વારિવિ બુદ્ધિ વિધાતા,
શંકર સુવન ભવાની નંદન, ગાઈએ ગણપતિ જગ વંદન

સિદ્ધિ સદન ગજ બદન વિનાયક, કૃપા સિંધુ સુંદર સબ લાઈક,
શંકર સુવન ભવાની નંદન, ગાઈએ ગણપતિ જગ વંદન

માંગત તુલસીદાસ કર જોરે, બસહુ રામ સિય માનસ મોરે,
શંકર સુવન ભવાની નંદન, ગાઈએ ગણપતિ જગ વંદન

વિનોદ કુમાર

ગાઈએ ગણપતિ જગવંદન

ધા	ગે	ના	તી	ન	કે	ધિં	ન	ધા	ગે	ના	તી	ન	કે	ધિં	ન
1	2	3	4	5	6	7	8	1	2	3	4	5	6	7	8
	.ની	-	રે	ગ	રે	ગ	પ	ગ	રે	ગ	મે	રે	-	સા	સા
	ગા	-	ઇ	યે	-	ગ	ણ	પ	તિ	જ	ગ	વં	-	દ	ન
-	પ	પ	પ	પ	પ	પ	પ	મે	ધ	પ	મે	રે	સા	રે	.ની
-	શં	ક	ર	સુ	વ	ન	ભ	વા	-	ની	-	નં	-	દ	ન
-	પ	ની	ની	સાં	સાં	સાં	સાં	ની	ધ	ની	સાં	ની	ધ	ની	પ
-	મો	દ	ક	પ્રિ	ય	મુ	દ	મં	-	ગ	લ	દા	-	તા	-
-	પ	સાં	-	ની	-	ધ	પ	-	પ	પ	ગ	રે	-	ગ	-
-	વિ	દ્યા	-	વા	-	રિ	ધિ	-	બુ	દ્ધિ	વિ	ધા	-	તા	-
-	પ	ની	ની	સાં	સાં	સાં	સાં	ની	ધ	ની	સાં	ની	ધ	ની	પ
-	સિ	દ્ધિ	સ	દ	ન	ગ	જ	બ	દ	ન	વિ	ના	-	ય	ક
-	પ	સાં	ની	-	ધ	પ	-	પ	પ	ગ	રે	ગ	-	ગ	ગ
-	ક્ર	પા	સિં	-	ધુ	સું	-	દ	ર	સ	બ	લા	-	ય	ક
-	પ	-ની	ની	સાં	સાં	સાં	સાં	ની	ધ	ની	સાં	ની	ધ	ની	પ
-	માં	-ગ	ત	તુ	લ	સિ	દા	-	સ	ક	ર	જો	-	રે	-
-	પપ	સાં	ની	-	ધ	પ	પ	પ	-	પ	પ	ગ	રે	ગ	-
-	બસ	હું	રા	-	મ	સિ	ય	મા	-	ન	સ	મો	-	રે	-

13. ગુરુ મહિમા

તાલ: કહરવા

રાગ: ઘાની પર આધારિત
કોર્ડ: સાગપ   સા=D

https://youtu.be/e47J6NGwI7k

સા ગ મ પ ની સાં

ગુરુર્બ્રહ્મા ગુરુર્વિષ્ણુ ગુરુર્દેવો મહેશ્વર:
ગુરુદેવ પરંબ્રહ્મ તસ્મૈ શ્રી -- ગુરવે નમ:

અજ્ઞાન તિમિરાન્ધસ્ય જ્ઞાનાંજન શલાકય
ચક્ષુર-મીલીતં- યે ન-- તસ્મૈ શ્રી-- ગુરવે નમ:

અખંડ મંડલાકારં વ્યાપ્તમ યે ન ચરાચરં
તત્પદમ્ દર્શિત યે ન -- તસ્મૈ શ્રી -- ગુરવે નમ:

અનેક જન્મ સમ્પ્રાપ્તમ કર્મબંધ વિદાહિને
આત્મજ્ઞાન પ્રદાનેન તસ્મૈ શ્રી--- ગુરવે નમ:

મન્નાથહ શ્રી જગન્નાથો મદગુરુ શ્રી જગદગુરુહ
મમાત્મા સર્વ ભૂતાત્મા તસ્મૈ શ્રી -- ગુરવે નમ:

બ્રહ્માનંદમ પરમ સુખદમ કેવલમ જ્ઞાન મૂર્તિમ
દ્વન્દા-તીતં ગગન સદરશં તત્વ મસ્યા દીલક્ષ્યમ્

એકં નિત્યં વિમલમચલં સર્વાધિસાક્ષિભૂતમ્
ભાવાતીતમ ત્રિગુણરહિતં સદગુરુ તં – નમામિ

સદગુરું તં નમામિ સદગુરું તં નમામિ
સદગુરું તં નમામિ સદગુરું તં નમામિ

ગુરુ મહિમા

ધા	ગે	ના	તી	ન	કે	ધિં	ન	ધા	ગે	ના	તી	ન	કે	ધિં	ન
1	2	3	4	5	6	7	8	1	2	3	4	5	6	7	8

નીસાંસાંસાં   નીનીસાંસાંસાં   નીસાંનીનીપ   સાંસાંસાંસાં
ગુરુર્બ્રહ્મા   ગુરુર્વિષ્ણુ   ગુરુર્દેવો   મહેશ્વરઃ

નીસાંનીગંસાં   નીસાંનીપમગ   ગગ   મપની   નીનીપ   મમમ
ગુરુદેવ   પરંબ્રહ્મ   તસ્મૈ શ્રી-- ગુરવે   નમઃ

મપમ   ગગમ મમ   ગસાગગગ   મપમપ
અજ્ઞાન   તિમિરાન્ધસ્ય   જ્ઞાનાંજન શલાકય

મપનીપનીનીનીસાં   ની પમગ   ગગ   મપની   નીનીપ   મમમ
ચક્ષુર-મીલીતં-   યે ન--   તસ્મૈ શ્રી--   ગુરવે   નમઃ

નીસાંસાં   સાંસાંસાંસાંસાં   નીસાં   ની પ   સાંસાંસાંસાં
અખંડ   મંડલાકારં   વ્યાપ્તમ   યે ન ચરાચરં

નીસાંસાં   નીસાંની   પ પમગ   ગગ   મપની   નીનીપ મમમ
તત્પદમ્ દર્શિત   યે ન -- તસ્મૈ શ્રી--   ગુરવે   નમઃ

મપમગ   ગગ   મમમ   ગસા   ગગ મપમપ
અનેક જન્મ   સમ્પ્રાપ્તમ   કર્મ   બંધ વિદાહિને

મપનીની   નીસાંપપમગ   ગગ   મપની   નીનીપ મમમ
આત્મજ્ઞાન   પ્રદાનેન   તસ્મૈ   શ્રી---   ગુરવે   નમઃ

સાંસાંસાં   સાં   <u>ની</u>સાંસાંસાં   <u>ની</u>સાં<u>ની</u>   પ   પસાંસાંસાંસાં
મન્નાથઙ શ્રી જગન્નાથો મદગુરુ શ્રી જગદગુરુઙ

<u>ની</u>સાંસાં   <u>ની</u>સાં   <u>ની</u>પપમગ   ગગ   મપ<u>ની</u>   <u>નીની</u>પ   મમમ
મમાત્મા સર્વ ભૂતાત્મા   તસ્મૈ શ્રી -- ગુરવે   નમઃ

મપગગ   મમમ   મમમ   સાગગગ   ગમપમ   પપ
બ્રહ્માનંદમ પરમ   સુખદમ કેવલમ   જ્ઞાન   મૂર્તિમ

મપ<u>નીનીની</u>   સાંસાં<u>ની</u>   પપપ   સાંસાં   પપ   ગમમ
દ્વન્દા-તીતં ગગન   સદરશં તત્વ મસ્યા દીલક્ષ્યમ્

મપ<u>ની</u> <u>ની</u>ની સાં<u>ની</u>પસાંસાંસાં સાંસાંસાંગં<u>ની</u>સાંસાં - <u>ની</u>પમ
એકં   નિત્યં વિમલમચલં   સર્વાધિસાક્ષિભૂતમ્

સાં<u>ની</u>સાંગંસાંસાં ગંસાં<u>ની</u>સાંસાંપ સાં-<u>ની</u>પ મગ પમમ
ભાવાતીતમ   ત્રિગુણરહિતં   સદગુરુ તં – નમામિ

સાં<u>ની</u>પ મગ પમમ   સાગગગ મપ<u>ની</u> પમમ
સદગુરું તં નમામિ સદગુરું તં   નમામિ

સાં<u>ની</u>પ મગ પમમ   સાગગગ મપ<u>ની</u> પમમ
સદગુરું તં નમામિ સદગુરું તં   નમામિ

14. ગોપાલ ગોકુલ વલ્લભી

ભજન   સંગીતકાર: જગજીત સિંહ
તુલસી દાસ   ગાયક: જગજીત સિંહ
તાલ: રૂપક   કોર્ડ: સાગપ   સા=C
https://youtu.be/xPuqyNwpJ5I

ગોપાલ ગોકુલ વલ્લભી પ્રિય ગોપ ગોસુત વલ્લભમ,

ચરણારવિંદ મહમ ભજે, ભજનીય સુર મુનિ દુર્લભમ,

ધનશ્યામ કામ, અનેક છવિ લોકાભીરામ, મનોહરમ.

કિંજલિક વસન કિશોર મૂર્તિ મૂળ ગુણ કરુણાકરમ

સિરકેકી પચ્છ વિલોલ કુંડલ અરુણ વનરુહ લોચનમ

ગુંજવતં વિચિત્ર સબ અંગ ધાતુ ભવ ભય મોચનમ,

કચ કુટિલ સુંદર તિલક ભ્રુરાકામયંક સમાનામ.

અપહરણ તુલસી દાસ ત્રાસ વિહાર વૃંદા કાનનમ.

રાધે કૃષ્ણ રાધે કૃષ્ણ કૃષ્ણ કૃષ્ણ રાધે રાધે

રાધે શ્યામ રાધે શ્યામ, શ્યામ શ્યામ રાધે રાધે

ગોપાલ ગોકુલ વલ્લભી

ધિં	ના	-	ધિં	ધિં	ના	-	ધિં	ના	-	ધિં	ધિં	ના	-
1	2	3	4	5	6	7	1	2	3	4	5	6	7

ફ્લુત: સા------------

.ની સા રે સા ---- સા   સા .ની સા
એ----------------   એ-------

સા ગ રે મે----------------
એ--------------------

મે પ મે પ----------- મ ગ રે સા ------
એ---------------- એ-------------

ધિં	ના	-	ધિં	ધિં	ના	-	ધિં	ના	-	ધિં	ધિં	ના	-
1	2	3	4	5	6	7	1	2	3	4	5	6	7
												મે	
												ગો	
પ	-	પ	ગ	-	રે	રે	સા	સા	સા	સા	-	.ની	.ની
પા	-	લ	ગો	-	કુ	લ	વ	લ	લ	ભી	-	પ્રિ	ય
.ની	.પ	.પ	.ની	-	સા	સા	ગ	રે	ગ	રે	-		
ગો	-	પ	ગો	-	સુ	ત	વ	લ	લ	ભં	-		
												સા	રે
												ચ	ર
મે	-	મે	મે	-	મે	મે	પ	-	મે	પ	-	મે	પ
ણા	-	ર	વિં	-	દ	મ	હં	-	ભ	જે	-	ભ	જ

વિનોદ કુમાર

| સાં | - | સાં | ની | ધ | ની | પ | પ | ની | મે | પ | સા | | મે | પ |
| ની | - | ય | સુ | ર | મુ | નિ | દુ | ર | લ | ભં | - | | ધ | ન |

| સાં | - | સાં | સાં | - | સાં | સાં | ની | ધ | સાં | ની | ની | પ | - |
| શ્યા | - | મ | કા | - | મ | અ | ને | - | ક | છ | વિ | લો | - |

| મે | - | મે | પ | - | ધ | ધ | ની | ધ | ની | પ | - | | સા | રે |
| કા | - | ભિ | રા | - | મ | મ | નૌ | - | હ | રં | - | | કિ | - |

| મે | મે | મે | મે | મે | મે | મે | પ | - | પ | પ | - | મે | પ |
| જ | લિ | ક | વ | સ | ન | કિ | શો | - | ર | મૂ | - | ર | તિ |

| સાં | - | સાં | ની | ધ | ની | પ | પ | ની | મે | પ | સા | | મે | પ |
| મૂ | - | લ | ગુ | ણ | ક | ર | ણા | - | ક | રં | - | | સિ | ર |

| સાં | - | સાં | સાં | - | સાં | સાં | ની | ધ | સાં | ની | - | પ | પ |
| કે | - | કિ | પ | ચ | છ | વિ | લો | - | લ | કું | - | ડ | લ |

| મે | મે | મે | પ | પ | ધ | ધ | ની | ધ | ની | પ | - |
| અ | રુ | ણ | વ | ન | રુ | હ | લો | - | ચ | નં | - |

												સા	રે
												ગું	-
મે	-	મે	મે	-	મે	મે	પ	-	પ	પ	પ	મે	પ
જ	-	વ	તં	-	સ	વિ	ચિ	-	ત્ર	સ	બ	અં	ગ
સાં	-	સાં	ની	ધ	ની	પ	પ	ની	મે	પ	સા		
ધા	-	તુ	ભ	વ	ભ	ય	મો	-	ચ	નં	-		
												મે	પ
												ક	ચ
સાં	સાં	સાં	સાં	-	સાં	સાં	ની	ધ	સાં	ની	-	પ	-
કુ	ટિ	લ	સું	-	દ	ર	તિ	લ	ક	ભ્રુ	-	રા	-
મે	-	મે	પ	-	ધ	ધ	ની	ધ	ની	પ	-		
કા	-	મ	યં	-	ક	સ	મા	-	ન	નં	-		
												સા	રે
												અ	પ
મે	મે	મે	મે	મે	મે	-	પ	-	પ	પ	-	મે	પ
હ	ર	ણ	તુ	લ	સી	-	દા	-	સ	ત્રા	-	સ	વિ
સાં	-	સાં	ની	ધ	ની	પ	પ્ની	-	મે	પ	સા		
હા	-	ર	વ્રં	-	દા	-	કા	-	ન	નં	-		

.ની	.ની	-	સા	-	સા	-	રે	રે	-	સા	-	સા	-
રા	ધે	-	કૃ	-	ષ્ણા	-	રા	ધે	-	કૃ	-	ષ્ણા	-
રે	મે	મે	પ	પ	પ	-	ગ	મ	રે	સા	-	-	-
કૃ	ષ	ણા	કૃ	ષ	ણા	-	રા	ધે	રા	ધે	-	-	-
સા	રે	-	મે	-	-	મે	પ	પ	-	પ	-	-	પ
રા	ધે	-	શ્યા	-	-	મ	રા	ધે	-	શ્યા	-	-	મ
સાં	-	ની	પ	-	-	પ	ગ	મ	રે	સા	-	-	-
શ્યા	-	મ	શ્યા	-	-	મ	રા	ધે	રા	ધે	-	-	-
પ	પ	-	સાં	-	સાં	-	રેં	રેં	-	સાં	-	સાં	-
રા	ધે	-	કૃ	-	ષ્ણા	-	રા	ધે	-	કૃ	-	ષ્ણા	-
સાં	-	ની	ની	-	પ	-	મે	મે	ધ	પ	-	-	-
કૃ	ષ	ણા	કૃ	ષ	ણા	-	રા	ધે	રા	ધે	-	-	-
પ	પ	-	સાં	-	-	સાં	રેં	રેં	-	સાં	-	-	સાં
રા	ધે	-	શ્યા	-	-	મ	રા	ધે	-	શ્યા	-	-	મ
સાં	-	ની	ની	-	-	પ	મે	મે	ધ	પ	-	-	-
શ્યા	-	મ	શ્યા	-	-	મ	રા	ધે	રા	ધે	-	-	-
.ની	.ની	-	સા	-	સા	-	રે	રે	-	સા	-	સા	-
રા	ધે	-	કૃ	-	ષ્ણા	-	રા	ધે	-	કૃ	-	ષ્ણા	-
રે	મે	મે	પ	પ	પ	-	ગ	મ	રે	સા	-	-	-
કૃ	ષ	ણા	કૃ	ષ	ણા	-	રા	ધે	રા	ધે	-	-	-
.ની	.ની	-	સા	-	-	સા	રે	રે	-	સા	-	-	સા
રા	ધે	-	શ્યા	-	-	મ	રા	ધે	-	શ્યા	-	-	મ

| રે | મે | મે | પ | - | - | પ | ગ | મ | રે | સા | - | - | - |
| શ્યા | - | મ | શ્યા | - | - | મ | રા | ધે | રા | ધે | - | - | - |

15. હમ તો તુમસે રૂઠે મોહન

કૃષ્ણ ભજન   સંગીતકાર: વિનોદ કુમાર
ગીતકાર: ગોસ્વામી બિંદુ જી મહારાજ   ગાયક: વિનોદ કુમાર
તાલ: કહરવા   કોર્ડ: મધસાં   સા=C#
https://youtu.be/8VjRH-mZeok

જાન ગયે હમ છલી પ્રપંચી હો કપટી હો જઠુઠે
હમ તો તુમસે રૂઠે મોહન હમ તો તુમસે રૂઠે

પહલે શરણ બુલાયા થા દે દે કર લોભ અનુઠે
અબ ઇક બાર શરણ દેને મેં દિખલાયે અંગુઠે

સુનતે થે દેતે હો સબ સુખ ભર ભર અપને મૂઠે
હમને શત શત 'બિંદુ' બહાયે દિયે ન ટુકડે જૂઠે

વિનોદ કુમાર

હમ તો તુમસે રૂઠે મોહન

ધા	ગે	ન	તી	ન	કે	ધિ	ન	ધા	ગે	ન	તી	ન	કે	ધિ	ન
1	2	3	4	5	6	7	8	1	2	3	4	5	6	7	8

પ્રીલુડ: ધધધધ પપપપ મમમમ પપપપ ધધધધ પપપપ મમમમ ધ- સાં-

ગ	-	ગ	ગ	ગ	-	ગ	-	મ	મ	-	પ	પ	-	પ	-
જા	-	ન	ગ	યે	-	હ	મ	છ	લી	-	પ્ર	પં	-	ચી	-
ધ	-	ધ	ધ	પ	-	પ	-	મ	-	મ	-	-	-	-	-
હો	-	ક	પ	ટી	-	હો	-	જહુ	-	ઠે	-	-	-	-	-
ધ	સાં	સાં	-	સાં	ની	ની	-	ધ	-	ધ	-	પ	-	પ	પ
હ	મ	તો	-	તુ	મ	સે	-	રૂ	-	ઠે	-	મો	-	હ	ન
પ	ધ	ધ	-	પ	પ	પ	-	મ	-	મ	-	-	-	-	-
હ	મ	તો	-	તુ	મ	સે	-	રૂ	-	ઠે	-	-	-	-	-

ઈન્ટરલુડ: ધધધધ પપપપ મમમમ પપપપ ધધધધ પપપપ મમમમ ધ સાં-

સાં	સાં	સાં	-	સાં	ની	ની	ની	સાં	-	સાં	ગં	રેં	-	સાં	-
પ	હ	લે	-	શ	ર	ણ	બુ	લા	-	યા	-	થા	-	દે	-
સાં	-	સાં	રેં	સાં	-	ની	ની	ધ	-	ની	-	-	-	-	-
દે	-	ક	ર	લો	-	ભ	અ	નૂ	-	ઠે	-	-	-	-	-
ધ	સાં	સાં	સાં	ની	-	ની	ની	ધ	ધ	ધ	-	પ	-	પ	-
અ	બ	ઇ	ક	બા	-	ર	શ	ર	ણ	દે	-	ને	-	મેં	-
પ	ધ	ધ	-	પ	-	પ	-	મ	-	મ	-	-	-	-	-
દિ	ખ	લા	-	યે	-	અં	-	ગૂ	-	ઠે	-	-	-	-	-

ઈન્ટરલુડ: ધધધધ પપપપ મમમમ પપપપ ધધધધ પપપપ મમમમ ધ સાં-

સાં	સાં	સાં	-	સાં	-	ની	-	સાં	-	સાં	ગં	રેં	રેં	સાં	સાં
સુ	ન	તે	-	થે	-	દે	-	તે	-	હો	-	સ	બ	સુ	ખ

સાં	-	સાં	રેં	સાં	સાં	ની	=	ધ	-	ની	-	-	-	-	-
ભ	ર	ભ	ર	અ	પ	ને	-	મૂ	-	ઠે	-	-	-	-	-
ધ	સાં	સાં	-	સાં	ની	ની	ની	ધ	-	ધ	ધ	પ	-	પ	-
હ	મ	ને	-	શ	ત	શ	ત	બિ	-	દુ	બ	હા	-	યે	-
પ	ધ	-	ધ	પ	પ	પ	-	મ	-	મ	-	-	-	-	-
દિ	યે	-	ન	ટુ	ક	ડે	-	જૂ	-	ઠે	-	-	-	-	-
ગ	-	ગ	ગ	ગ	-	ગ	-	મ	મ	-	પ	પ	-	પ	-
જ	-	ન	ગ	યે	-	હ	મ	છ	લી	-	પ્ર	પં	-	ચી	-
ધ	-	ધ	ધ	પ	-	પ	-	મ	-	મ	-	-	-	-	-
હો	-	ક	પ	ટી	-	હો	-	જહુ	-	ઠે	-	-	-	-	-
ધ	સાં	સાં	-	સાં	ની	ની	-	ધ	-	ધ	-	પ	-	પ	પ
હ	મ	તો	-	તુ	મ	સે	-	રૂ	-	ઠે	-	મો	-	હ	ન
પ	ધ	ધ	-	પ	પ	પ	-	મ	-	મ	-	-	-	-	-
હ	મ	તો	-	તુ	મ	સે	-	રૂ	-	ઠે	-	-	-	-	-

16. હમારે સાથ શ્રી રઘુનાથ

શ્રી રામ ભજન

ગીતકાર: બ્રિજે શ

તાલ: રૂપક

સંગીતકાર: પ્રેમ ભૂષણ જિ વ સાથી

ગાયક: પ્રેમ ભૂષણ જિ

કોર્ડ: સાગપ   સા=D#

https://youtu.be/zSioX0v5iPQ

હમારે સાથ શ્રી રઘુનાથ તો કિસ બાત કી ચિંતા

શરણ મેં રખ દિયા જબ માથ તો કિસ બાત કી ચિંતા

કિયા કરતે હો તુમ દિન રાત ક્યોં બિન બાત કી ચિંતા

તેરે સ્વામી તેરે સ્વામી કો રહતી હૈ, તેરે હર બાત કી ચિંતા

હમારે સાથ શ્રી રઘુનાથ તો કિસ બાત કી ચિંતા

ન ખાને કી, ન પીને કી, ન મરને કી, ન જીને કી

રહે હર શ્વાસ, રહે હર શ્વાસ મેં ભગવાન કે પ્રિય નામ કી ચિંતા

હમારે સાથ શ્રી રઘુનાથ તો કિસ બાત કી ચિંતા

વિભીષણ કો અભય वर ડે કિયા લંકેશ પલ ભર મેં

ઉન્હીં કા હાં, ઉન્હીં ક કર રહે ગુણ ગાન તો કિસ બાત કી ચિંતા

હમારે સાથ શ્રી રઘુનાથ તો કિસ બાત કી ચિંતા

હુઈ 'બિરજેશ' પર કિરપા બનાયા બનાયા દાસ પ્રભુ અપના

ઉન્હીં કે હાથ, ઉન્હીં કે હાથ મેં અબ હાથ તો કિસ બાત કી ચિંતા

હમારે સાથ શ્રી રઘુનાથ તો કિસ બાત કી ચિંતા

શરણ મેં રખ દિયા જબ માથ તો કિસ બાત કી ચિંતા

કિસ બાત કી ચિંતા અરે કિસ બાત કી ચિંતા

હમારે સાથ શ્રી રઘુનાથ

ધિં 1	ન 2	ન 3	તિ 4	ન 5	તિ 6	ન 7	ધિં 1	ન 2	ન 3	તિ 4	ન 5	તિ 6	ન 7
									સા	સા	-	સા	રે
									હ	મા	-	રે	-
ગ	-	ગ	ગ	-	ગ	ગ	મ	-	મ	ગ	-	રે	રે
સા	-	થ	શ્રી	-	ર	ધુ	ના	-	થ	તો	-	કિ	સ
.ની	-	.ની	રે	-	રે	-	સા	-	સા	સા	સા	સા	રે
બા	-	ત	કી	-	ચિ	-	તા	-	શ	ર	ણ	મેં	-
ગ	ગ	ગ	ગ	-	ગ	ગ	મ	-	મ	ગ	-	રે	રે
ર	ખ	દિ	યા	-	જ	બ	મા	-	થ	તો	-	કિ	સ
.ની	-	.ની	રે	-	રે	-	સા	-					
બા	-	ત	કી	-	ચિ	-	તા	-					

ઇન્ટરલુડ: કૃપયા અંતરે કી પહલી લાઇન કો બજાએન.

ધિં 1	ન 2	ન 3	તિ 4	ન 5	તિ 6	ન 7	ધિં 1	ન 2	ન 3	તિ 4	ન 5	તિ 6	ન 7
									પ	પ	-	પ	પ
									કિ	યા	-	ક	ર
ની	ધ	ધ	ની	ની	ની	ની	સાં	-	સાં	સાં	-	સાં	સાં
તે	-	હો	તુ	મ	દિ	ન	રા	-	ત	ક્યું	-	બિ	ન
ની	-	ધ	ની	-	સાં	-	ની	પ	સા	સા	-	સા	રે
બા	-	ત	કી	-	ચિ	-	તા	-	તે	રે	-	સ્વા	-
ગ	-	ગ	ગ	ગ	ગ	-	મ	-	મ	ગ	-	રે	રે
મી	-	કો	ર	હ	તી	-	હે	-	તે	રે	-	હ	ર

વિનોદ કુમાર

.ની	-	.ની	રે	-	રે	-	સા	-					
બા	-	ત	કી	-	ચિ	-	તા	-					
									પ	પ	-	પ	-
									ન	ખા	-	ને	-
ની	ધ	ધ	ની	-	ની	-	સાં	-	સાં	સાં	-	સાં	-
કી	-	ન	પી	-	ને	-	કી	-	ન	મ	ર	ને	-
ની	-	ધ	ની	-	સાં	-	ની	પ	સા	સા	-	સા	રે
કી	-	ન	જ	-	ને	-	કી	-	ર	હે	-	હ	ર
ગ	-	ગ	ગ	-	ગ	ગ	મ	-	મ	ગ	-	રે	રે
શ્વા	-	સ	में	-	ભ	ગ	વા	-	ન	કે	-	પ્રિ	ય
.ની	-	.ની	રે	-	રે	-	સા	-					
ના	-	મ	કી	-	ચિ	-	તા	-					
									પ	પ	-	પ	પ
									વિ	ભી	-	ષ	ણ
ની	ધ	ધ	ની	ની	ની	ની	સાં	-	સાં	સાં	-	સાં	-
કો	-	અ	ભ	ય	વ	ર	દે	-	દિ	યા	-	લં	-
ની	-	ધ	ની	ની	સાં	સાં	ની	પ	સા	સા	-	સા	રે
કે	-	શ	પ	લ	ભ	ર	में	-	ઉ	न्हीं	-	કા	-
ગ	ગ	ગ	ગ	-	ગ	ગ	મ	-	મ	ગ	-	રે	રે
ક	ર	ર	હે	-	ગુ	ણ	ગા	-	ન	તો	-	કિ	સ

.ની	-	.ની	રે	-	રે	-	સા	-					
બા	-	ત	કી	-	ચિ	-	તા	-					
									પ	પ	-	પ	પ
								હુ	ઈ	-	બિ	ર	
ની	ધ	ધ	ની	ની	ની	ની	સાં	-	સાં	સાં	-	સાં	-
જે	-	શ	પ	ર	કિ	ર	પા	-	બ	ના	-	યા	-
ની	-	ધ	ની	ની	સાં	સાં	ની	પ	સા	સા	-	સા	રે
દા	-	સ	પ્ર	ભુ	અ	પ	ના	-	ઉ	ન્હીં	-	કે	-
ગ	-	ગ	ગ	-	ગ	ગ	મ	-	મ	ગ	-	રે	રે
હા	-	થ	મેં	-	અ	બ	હા	-	થ	તો	-	કિ	સ
.ની	-	.ની	રે	-	રે	-	સા	-					
બા	-	ત	કી	-	ચિ	-	તા	-					

17. હરી હર જપા કર

ગીતકાર: ગોસ્વામી શ્રી બિંદુ જી મહારાજ   સંગીતકાર: વિનોદ કુમાર
તાલ: દાદરા   ગાયક: અભિષેક ભામા
કોર્ડ: મધરેં   સા=C#

https://youtu.be/k29uHuDlKD0

સદા અપની રસના કો રસમય બનાકર
હરી હર હરી હર હરી હર જપાકર

ઇસ જપ સે કષ્ટો ક કમ ભાર હોગા
ઇસી જપ સે પાપો કા પ્રતિકાર હોગા
ઇસી જપ સે નર તન કા શ્રંગાર હોગા
ઇસી જપ સે તુ પ્રભુ કો સ્વીકાર હોગા
    યે શ્વાસો કી દિન રાત માલા બનાકર
    હરી હર હરી હર હરી હર જપાકર

ઇસ જપ સે આત્મા બલવાન હોગા
ઇસ જપ સે કર્તવ્ય કા ધ્યાન હોગા
ઇસ જપ સે સંતો કા સમ્માન હોગા
ઇસ જપ સે સંતુષ્ટ ભગવાન હોગા
    અકેલા હો યા સાથ સબકો મિલાકર
    હરી હર હરી હર હરી હર જપાકર

જો શ્રદ્ધા સે ઇસ જપ કો હૈ નિત્ય ગાતા
તો ઇસકા યહી જપ હૈ જીવન વિધાતા
યહી જપ પિતા હૈ યહી જપ હૈ માતા
યહી જપ ઇસ જગ મેં કલ્યાણ દાતા
    ઇસી કા કોઈ રૂપ મન મેં બિઠાકર

હરી હર હરી હર હરી હર જપાકર

 યે જપ તેરે મન કો જબ લલચા રહા હો

વો રસિકો કો ઇસ પંથ પર લા રહા હો

મઝા શ્રી હરી નામ ક આ રહા હો

હરી હી હરી હર તરફ છા રહા હો

તો કુછ પ્રેમ કે 'બિંદુ' દરગ સે બહાકર

હરી હર હરી હર હરી હર જપાકર

હરી હર જપા કર

ધા	ધી	ના	ધા	તૂ	ના	ધા	ધી	ના	ધા	તૂ	ના
1	2	3	4	5	6	1	2	3	4	5	6
પ્રીલુડ:											
સાં	સાં	સાં	-	સાં	-	<u>ની</u>	<u>ની</u>	<u>ની</u>	-	<u>ની</u>	-
ધ	ધ	પ	-	-	<u>ની</u>	ધ	-	-	-	-	-
ધ	ધ	ધ	-	ધ	-	પ	પ	પ	-	પ	-
ગ	ગ	ગ	-	-	પ	મ	-	-	-	-	-
											મ
											સ
મ	રેં	રેં	રેં	રેં	-	સાં	રેં	સાં	<u>ની</u>	-	<u>ની</u>
દા	-	અ	પ	ની	-	ર	સ	ના	-	-	કો
સાં	રેં	સાં	-	-	<u>ની</u>	ધ	-	પ	-	-	ગ
ર	સ	મય	-	-	બ	ના	-	કર	-	-	હ
ગ	પ	પ	-	-	પ	પ	ધ	ધ	-	-	ધ
રી	-	હર	-	-	હ	રી	-	હર	-	-	હ

ની	ધ	પ	-	-	મ	મ	-	મ	-	-	-
રી	-	હર	-	-	જ	પા	-	કર	-	-	-
સાં	સાં	સાં	-	સાં	-	ની	ની	ની	-	ની	-
ધ	ધ	પ	-	-	ની	ધ	-	-	-	-	-
ધ	ધ	ધ	-	ધ	-	પ	પ	પ	-	પ	-
ગ	ગ	ગ	-	-	પ	મ	-	-	-	-	-
ગ	ગ	ગ	ગ	ગ	-	મ	-	મ	-	-	મ
ઇ	સ	જ	પ	સે	-	ક	-	થ્રો	-	-	કા
પ	ધ	પ	-	-	મ	મ	-	મ	-	-	મ
ક	મ	ભા	-	-	ર	હો	-	ગા	-	-	ઇ
ગ	-	ગ	ગ	ગ	-	મ	-	મ	-	-	મ
સી	-	જ	પ	સે	-	પા	-	પોં	-	-	કા
પ	ધ	પ	-	-	મ	મ	-	મ	-	-	મ
પ્ર	તિ	કા	-	-	ર	હો	-	ગા	-	-	ઇ
ધ	-	ધ	ધ	ધ	-	ની	ની	ની	-	-	ની
સી	-	જ	પ	સે	-	ન	ર	તન	-	-	કા
ની	-	ની	-	-	ધ	સાં	-	ની	-	-	ની
શ્રં	-	ગા	-	-	ર	હો	-	ગા	-	-	ઇ
સાં	ગં	રેં	સાં	ની	-	ધ	-	પ	પ	પ	-
સી	-	જ	પ	સે	-	તૂ	-	પ્ર	ભુ	કો	-
ની	ધ	પ	-	-	મ	મ	-	મ	-	-	મ
સ્વ	-	કા	-	-	ર	હો	-	ગા	-	-	યે
મ	રેં	રેં	-	-	રેં	સાં	રેં	સાં	ની	-	ની
શ્વા	-	સોં	-	-	કી	દિ	ન	રા	-	-	ત

સાં	રેં	સાં	-	-	ની	ધ	-	પ	-	-	ગ
મા	-	લા	-	-	બ	ના	-	કર		-	હ
ગ	પ	પ	-	-	પ	પ	ધ	ધ	-	-	ધ
રી	-	હર	-	-	હ	રી	-	હર	-	-	હ
ની	ધ	પ	-	-	મ	મ	-	મ	-	-	મ
રી	-	હર	-	-	જ	પા	-	કર	-	-	સ
મ	રેં	રેં	રેં	રેં	-	સાં	રેં	સાં	ની	-	ની
દા	-	અ	પ	ની	-	ર	સ	ના	-	-	કો
સાં	રેં	સાં	-	-	ની	ધ	-	પ	-	-	ગ
ર	સ	મય	-	-	બ	ના	-	કર	-	-	હ
ગ	પ	પ	-	-	પ	પ	ધ	ધ	-	-	ધ
રી	-	હર	-	-	હ	રી	-	હર	-	-	હ
ની	ધ	પ	-	-	મ	મ	-	મ	-	-	
રી	-	હર	-	-	જ	પા	-	કર	-	-	

18.   હે મુરલી મનોહર ગોપાલા

કૃષ્ણ ભજન
ગીતકાર: જગજીત સિંહ
તાલ: કહરવા
https://youtu.be/BaTf1NdBqQo

સંગીતકાર: જગજીત સિંહ
ગાયક: જગજીત સિંહ
કોર્ડ: સાꓱપ   સા=C#

હે મુરલી મનોહર ગોપાલા -2
 મુરલી મનોહર ગોપાલા -2

ગોવિંદ રાધે ગોપાલા -2
 મુરલી મનોહર ગોપાલા -2

હે મુરલી મનોહર ગોપાલા -2
ગોવિંદ રાધે ગોપાલા -2

હે મુરલી મનોહર ગોપાલા -2
 મુરલી મનોહર ગોપાલા -2

પંઢરી દાતા જય હરિ વિઠલા -2
જય ગોવર્ધન ગોપાલા-2
મુરલી મનોહર ગોપાલા -2

હે મુરલી મનોહર ગોપાલા

ધા	ગે	ના	તી	ન	કે	ધિં	ન	ધા	ગે	ના	તી	ન	કે	ધિં	ન
1	2	3	4	5	6	7	8	1	2	3	4	5	6	7	8

રે રેરેગ મગસા.ધ સાસાસા
હે મુરલી મનોહર ગોપાલા -2

રેરેગ મગસા.ધ સાસાસા
મુરલી મનોહર ગોપાલા -2

મમમ મમ મગમપપગ
ગોવિન્દ રાધે ગોપાલા -2

પપમ મગસા.ધ સાસાસા
મુરલી મનોહર ગોપાલા -2

રે રેરેગ મગસા.ધ સાસાસા
હે મુરલી મનોહર ગોપાલા -2

પપપ પમપની ધ-પમપગ
ગોવિન્દ રા-ધે- ગો-પા-લા- -2

ધ ધધપ મગસા.ધ સાસાસા
હે મુરલી મનોહર ગોપાલા -2

રેરેગ મગસા.ધ સાસાસા
મુરલી મનોહર ગોપાલા -2

ગ઼મપસાં સાંસાં <u>ની</u> સાંસાં <u>ની</u>સાં<u>ધ઼</u>પ
પંઢરી-   દાતા   જય   હરિ   વિઠ્ઠલા- -2

<u>ધ઼</u>   <u>ધ઼</u>મ<u>ગ઼</u>સા.<u>ધ઼</u>   સાસાસા
જય ગોવર્ધન   ગોપાલા -2

<u>રેં</u><u>ગ઼</u> મ<u>ગ઼</u>સા.<u>ધ઼</u>   સાસાસા
મુરલી મનોહર   ગોપાલા -2

19.   હો રસિયા મૈ તો શરણ તિહારી

કૃષ્ણ ભજન   સંગીતકાર: જગજીત સિંહ
તાલ: ભજની   ગાયક: જગજીત સિંહ
                            કોર્ડ: સાગપ   સા=C

https://youtu.be/uwvHtlCpET8

હો રસિયા મૈ તો શરણ તિહારી

નહીં સાધન બલ વચન ચાતુરી, એક ભરોસે ગિરધારી

હો રસિયા મૈ તો શરણ તિહારી

મૈ અતિ દીન તુમ્હરી શરણ મેં, નાથ ન દીજ્યો બિસાર

હો રસિયા મૈ તો શરણ તિહારી

આપણો જાણ સમ્ભાલો પ્રીતમ, પ્રેમ સખી બલિહારી

હો રસિયા મૈ તો શરણ તિહારી

રાધે કૃષ્ણ રાધે કૃષ્ણ, કૃષ્ણ કૃષ્ણ રાધે રાધે

રાધે શ્યામ રાધે શ્યામ, શ્યામ શ્યામ રાધે રાધે

હો રસિયા મૈ તો શરણ તિહારી

ધિં-	નધિં	-ધિ	ના-	તિં-	નતિં	-તિ	ના-	ધિં-	નધિં	-ધિ	ના-	તિં-	નતિં	-તિ	ના-
1	2	3	4	5	6	7	8	1	2	3	4	5	6	7	8
પ	ધગમ—		મગરે	ગ	મ	ગગરે	રેસાસા								
હો	રસિયા-------			મૈં	તો	શરણ	તિહારી								
										પ	-	-	ધ	-	ગ
										હો	-	-	૨	-	સિ
મ	-	-	-	મ	ગ	રે	-	-	-	ગ	-	મ	પ	-	-
યા	-	-	-	-	-	-	-	-	-	મૈં	-	-	તો	-	-
-	-	ગ	ગ	-	રે	-	રે	સા	-	-	-	સા	-	-	-
-	-	શ	૨	-	ણ	-	તિ	હા	-	-	-	રી	-	-	-
-	-	પ	-	ગ	પ	-	ધ	સાં	-	-	-	-	-	-	-
-	-	હો	-	-	૨	-	સિ	યા	-	-	-	-	-	-	-
-	-	-	-	ની	-	પ	ધ	સાં	-	ની	-	મ	પ	ગ	રે
-	-	-	-	-	-	-	-	-	-	-	-	-	-	-	-
-	-	ગ	મ	-	પ	મ	-	-	-	ગ	ગ	-	રે	-	રે
-	-	મૈં	-	-	તો	-	-	-	-	શ	૨	-	ણ	-	તિ
સા	-	-	-	સા	-	-	-	-	-	પ	-	-	ધ	-	ગ
હા	-	-	-	રી	-	-	-	-	-	ઓ	-	-	૨	-	સિ
મ	-	-	-	મ	ગ	રે	-	-	-	ગ	-	-	મ	-	-
યા	-	-	-	-	-	-	-	-	-	મૈં	-	-	તો	-	-
ધિં-	નધિં	-ધિ	ના-	તિં-	નતિં	-તિ	ના-	ધિં-	નધિં	-ધિ	ના-	તિં-	નતિં	-તિ	ના-

વિનોદ કુમાર

1	2	3	4	5	6	7	8	9	10	11	12	13	14	15	16
-	-	ग	ग	-	रे	-	रे	सा	-	-	-	सा	-	-	-
-	-	श	र	-	ण	-	ति	हा	-	-	-	री	-	-	-
-	-	प	-	ग	प	-	ध	सां	-	-	नीसां	पध	मप	ग	रे
-	-	हो	-	-	र	-	सि	या	-	-	-	-	-	-	-
-	-	ग	म	-	प	म	-	-	-	ग	ग	-	रे	-	रे
-	-	मैं	-	-	तो	-	-	-	-	श	र	-	ण	-	ति
सा	-	-	-	सा	-	-	-	-	-						
हा	-	-	-	री	-	-	-	-	-						
-	-	म	प	-	ध	-	प	ध	-	ध	-	ध	-	ध	-
-	-	न	हीं	-	सा	-	-	ध	-	न	-	ब	-	ल	-
-	-	प	ध	ध	-	सां	-	नी	-	ध	-	नी	-	प	-
-	-	व	च	न	-	चा	-	-	-	तु	-	री	-	-	-
-	-	म	प	-	नी	-	नी	नी	-	-	-	नी	-	-	-
-	-	ए	-	-	क	-	भ	रो	-	-	-	सो	-	-	-
-	-	नी	नी	-	सां	-	नी	सां	-	-	-	नी	ध	प	-
-	-	गि	र	-	धा	-	-	री	-	-	-	-	-	-	-
-	-	म	प	-	नी	-	नी	नी	-	-	-	नी	-	-	-
-	-	ए	-	-	क	-	भ	रो	-	-	-	सो	-	-	-
-	-	नी	नी	-	सां	-	नी	सां	-	-	-	-	-	-	-
-	-	गि	र	-	धा	-	-	री	-	-	-	-	-	-	-
-	-	प	-	ग	प	-	ध	सां	-	-	नी	-	प	ध	सां
-	-	हो	-	-	र	-	सि	या	-	-	-	-	-	-	-

મપ	ગ	ગ	-	-	મ	-	-	-	-	ગ	ગ	-	રે	-	રે
-	-	મૈં	-	-	તો	-	-	-	-	શ	૨	-	ણ	-	તિ
સા	-	-	-	સા	-	-	-	-	-	પ	-	-	ધ	-	ગ
હા	-	-	-	રી	-	-	-	-	-	હો	-	-	૨	-	સિ
મ	-	-	-	ગ	ગ	રે	-	-	-	ગ	-	-	મ	-	-
યા	-	-	-	-	-	-	-	-	-	મૈં	-	-	તો	-	-
-	-	ગ	ગ	-	રે	-	રે	સા	-	-	-	સા	-	-	-
-	-	શ	૨	-	ણ	-	તિ	હા	-	-	-	રી	-	-	-
-	-	પ	ગ	-	પ	ધ	-	સાં	-	-	-	સાં	-	-	-
-	-	મૈં	-	-	અ	તિ	-	દી	-	-	-	ન	-	-	-
-	-	ની	ની	-	પ	-	ધ	સાં	-	સાં	-	સાં	-	-	-
-	-	તુ	મ્હ	-	રી	-	શ	૨	-	ણ	-	મેં	-	-	-
-	-	ની	-	-	સાં	-	રેં	ની	-	-	પ	-	ધ	-	પ
-	-	ના	-	-	થ	-	ન	દી	-	-	-	-	જ્યો	-	બિ
પ	-	-	-	પ	-	-	-	-	-	ની	-	-	સાં	-	રેં
સા	-	-	-	રિ	-	-	-	-	-	ના	-	-	થ	-	ન
ની	-	-	પ	-	ધ	-	પ	મ	-	-	-	ગ	-	-	ગ
દી	-	-	-	-	જ્યો	-	બિ	સા	-	-	-	રિ	-	-	-
સા	-	પ	-	ગ	પ	-	ધ	સાં	-	-					
-	-	હો	-	-	૨	-	સિ	યા	-	-					

		પ	ગ	-	પ	ધ	-	સાં	-	-	-	સાં	-	-	-
		અ	પ	-	નૌ	-	-	જ	-	-	-	નિ	-	-	-
-	-	સાં	સાં	-	પ	ધ	-	સાં	-	-	-	સાં	-	સાં	-
-	-	સં	ભા	-	લો	-	-	પ્રી	-	-	-	ત	-	મ	-
-	-	ની	-	-	સાં	-	રેં	સાં	-	-	-	-	ની	-	ધ
-	-	પ્રે	-	-	મ	-	સ	ખી	-	-	-	-	બ	-	લિ
ની	-	પ	-	પ	-	-	-	-	-	ની	-	-	સાં	-	રેં
હા	-	-	-	રી	-	-	-	-	-	પ્રે	-	-	મ	-	સ
ધ	-	પ	-	-	ધ	-	પ	મ	-	-	-	ગ	-	-	રે
ખી	-	-	-	-	બ	-	લિ	હા	-	-	-	રી	-	-	-
સા	-														
-	-														

પ ધગમ—મગરે ગ મ ગગરે રેસાસા
હો રસિયા------- મૈં તો શરણ તિહારી

પગ પધસાં---- ની- પધસાં—ની—પધમપગ-રે-
હો રસિયા -----------------------------

ગ મ ગગરે રેસાસા
મૈં તો શરણ તિહારી

પ   ધગમ- પગ-રે-- ગ મ ગગરે રેસાસા
હો રસિયા -------   મૈં તો શરણ તિહારી

પગ પધસાં---રેં—નીપધસાં- ની-ધપમગરે
હો રસિયા -------------------------

ગ મ ગગરે રેસાસા
મૈં તો શરણ તિહારી

-	-	ગ	-	ગ	રે	-	રેં	સા	-	સા	-	સા	-	સા	-
-	-	રા	-	ધે	ક	-	ણ	રા	-	ધે	-	ક	-	ણ	-
-	-	સા	-	રે	સા	-	.ની	.ની	-	સા	-	સા	-	રેં	-
-	-	ક	-	ણ	ક	-	ણ	રા	-	ધે	-	રા	-	ધે	-
-	-	રેં	-	પ	પ	-	પ	મ	-	ગ	-	રેં	-	-	-
-	-	રા	-	ધે	શ્યા	-	મ	રા	-	ધે	-	શ્યા	-	મ	-
-	-	મ	-	ગ	રેં	-	રેં	સા	-	સા	-	સા	-	સા	-
-	-	શ્યા	-	મ	શ્યા	-	મ	રા	-	ધે	-	રા	-	ધે	-
-	-	પ	-	પ	પ	-	પ	પ	-	ધ	-	પ	-	મ	-
-	-	રા	-	ધે	ક	-	ણ	રા	-	ધે	-	ક	-	ણ	-
-	-	પ	-	ધ	ની	-	સાં	સાં	-	ની	-	ધ	-	પ	-
-	-	ક	-	ણ	ક	-	ણ	રા	-	ધે	-	રા	-	ધે	-
-	-	પ	-	પ	પ	-	પ	પ	-	ધ	-	પ	-	મ	-
-	-	રા	-	ધે	શ્યા	-	મ	રા	-	ધે	-	શ્યા	-	મ	-
-	-	પ	-	ધ	ની	-	સાં	સાં	-	ની	-	ધ	-	પ	-
-	-	શ્યા	-	મ	શ્યા	-	મ	રા	-	ધે	-	રા	-	ધે	-
-	-	સાં	-	સાં	સાં	-	સાં	સાં	-	રેં	-	સાં	-	ની	-
-	-	રા	-	ધે	ક	-	ણ	રા	-	ધે	-	ક	-	ણ	-

-	-	સાં	-	સાં	રેં	-	ગં	રેં	-	ગં	-	રેં	-	સાં	-
-	-	કૃ	-	ષ્ણ	કૃ	-	ષ્ણ	રા	-	ધે	-	રા	-	ધે	-
-	-	સાં	-	સાં	સાં	-	સાં	સાં	-	રેં	-	સાં	-	ની	-
-	-	રા	-	ધે	શ્યા	-	મ	રા	-	ધે	-	શ્યા	-	મ	-
-	-	સાં	-	સાં	રેં	-	ગં	રેં	-	ગં	-	રેં	-	સાં	-
-	-	શ્યા	-	મ	શ્યા	-	મ	રા	-	ધે	-	રા	-	ધે	-
-	-	ગ	-	ગ	રે	-	રે	સા	-	સા	-	સા	-	સા	-
-	-	રા	-	ધે	કૃ	-	ષ્ણ	રા	-	ધે	-	કૃ	-	ષ્ણ	-
-	-	સા	-	રે	સા	-	.ની	.ની	-	સા	-	સા	-	રે	-
-	-	કૃ	-	ષ્ણ	કૃ	-	ષ્ણ	રા	-	ધે	-	રા	-	ધે	-
-	-	રે	-	પ	પ	-	પ	મ	-	ગ	-	રે	-	-	-
-	-	રા	-	ધે	શ્યા	-	મ	રા	-	ધે	-	શ્યા	-	મ	-
-	-	મ	-	ગ	રે	-	રે	સા	-	સા	-	સા	-	સા	-
-	-	શ્યા	-	મ	શ્યા	-	મ	રા	-	ધે	-	રા	-	ધે	-

20. જય ગૌરી શંકરા

શિવ ભજન

રાગ: આભેરી યા ભીમપલાસી

તાલ: કહરવા

કોર્ડ: સાગ૫   સા=.G#

મંદારા માલ ધરા જય ગૌરી શંકરા

હર હરા પાહિ ત્રિને ત્રા -------

ગંગાધર બિમ્બાધર ચંદ્રમૌલી શંકરા

ગંગાધર બિમ્બાધર ચંદ્રમૌલી શંકરા

મંદારા માલ ધરા જય ગૌરી શંકરા

વામદેવ મહાદેવ શિવ શિવ શિવ શંકરા

સત્ય ધર્મ શાંતિ પ્રેમ સત્ય ઓમ શંકરા

સત્ય ધર્મ શાંતિ પ્રેમ સત્ય ઓમ શંકરા

વિનોદ કુમાર

જય ગૌરી શંકરા

ધા	ગે	ના	તિ	ન	કે	ધિં	ન	ધા	ગે	ના	તિ	ન	કે	ધિં	ન
1	2	3	4	5	6	7	8	1	2	3	4	5	6	7	8

સાગમ   પની મપ મ પમ ગરેગ
મંદારા   માલ ધરા જય ગૌરી શંકરા

મ પની નીસાં રેંની નીસાં--- નીધપ
હર હરા પાહિ ત્રિને ત્રા--------------

સાંસાંસાંસાં નીધપપ મપપમ ગરેગ
ગંગાધર   બિમ્બાધર ચંદ્રમૌલી શંકરા

સાંસરિરેં   નીધપપ મપપમ ગરેગ
ગંગાધર   બિમ્બાધર ચંદ્રમૌલી શંકરા

સા ગ મ નીધ મપ મ પપ ગરેગ
મંદારા   માલ ધરા જય ગૌરી શંકરા

મપનીની નીનીસાંસાં નીસાં સરિં રેંસાં નીસાંસાં
વામદેવ મહાદેવ   શિવ શિવ શિવ શંકરા

નીસાં સાંસાં નીધ પમ મપ પમ ગરેગ
સત્ય ધર્મ શાંતિ પ્રેમ સત્ય ૐ શંકરા

નીસાં રેંસાં નીધ પમ મપ નીપ ગરેગ
સત્ય ધર્મ શાંતિ પ્રેમ સત્ય ૐ શંકરા

21. જય જય રામા

રામ ભજન
તાલ: કહરવા

કોર્ડ: સા̱ગપ   સા=.G
રાગ: ભીમપલાસી

જય જય રામા, જય રઘુરામા, દશરથ નંદન રાજા રામા

અભય પ્રદાયક આનંદ દાયક, ત્રિભુવન મોહન સીતા રામા

દાનવ ભંજન દીન ઉદ્ધારણ, પ્રેમ સાગરા, જય શ્રી રામા

જય જય રામા

ધા	ગે	ન	તી	ન	કે	ધિ	ન	ધા	ગે	ન	તી	ન	કે	ધિ	ન
1	2	3	4	5	6	7	8	1	2	3	4	5	6	7	8
પ્રીલુડ: સા̱ગપ															
-	-	પ	ની̱	-	સાં	રેં	-	ગં̱	-	રેં	-	સાં	-	ની̱	-
-	-	જ	ય	-	જ	ય	-	રા	-	-	-	મા	-	-	-
-	-	પ	ની̱	-	સાં	ની̱	-	રેં	-	-	-	સાં	ની̱	પ	-
-	-	જ	ય	-	૨	ઘુ	-	રા	-	-	-	મા	-	-	-
-	-	પ	સાં	-	ની̱	ધ	-	મ	-	ગ̱	-	મ	પ	પ	-
-	-	૬	શ	-	૨	થ	-	નં	-	-	-	૬	-	ન	-
ગ̱	-	મ	-	-	રેં	-	.ની̱	સા	-	-	-	સા	-	-	-
-	-	રા	-	-	જ	-	-	રા	-	-	-	મા	-	-	-
-	-	ગ̱	ગ̱	-	.ની̱	-	સા	મ	-	મ	-	મ	-	મ	-
-	-	અ	ભ	-	ય	-	પ્ર	દા	-	-	-	ય	-	ક	-

ગ	-	પ	-	-	ગં	-	મ	પ	-	ની	-	ધ	-	ધ	-
-	-	આ	-	-	નં	-	દ	દા	-	-	-	ય	-	ક	-
પ	-	પ	ની	-	પ	-	મ	ની	-	-	-	ની	-	ની	-
-	-	ત્રિ	ભૂ	-	વ	-	ન	મો	-	-	-	હ	-	ન	-
-	-	પની	સરિં	-	ની	-	પ	સાં	-	-	-	સાં	-	-	-
-	-	સી-	--	-	તા	-	-	રા	-	-	-	મા	-	-	-
-	-	ગં	-	-	ગં	-	રેં	ગં	-	-	-	ગં	-	ગં	-
-	-	દા	-	-	ન	-	વ	ભં	-	-	-	જ	-	ન	-
-	-	રેં	-	-	ની	-	-	સાં	રેં	ગં	-	રેં	-	રેં	-
-	-	દી	-	-	નૌ	-	-	દૃધા	-	-	-	ર	-	ણ	-
-	-	ગં	-	-	ગં	-	રેં	મં	-	-	-	ગં	-	ગં	-
-	-	દા	-	-	ન	-	વ	ભં	-	-	-	જ	-	ન	-
-	-	રેં	-	-	ની	-	-	સાં	રેં	ગં	-	રેં	-	રેં	-
-	-	દી	-	-	નૌ	-	-	દૃધા	-	-	-	ર	-	ણ	-
-	-	ની	-	ની	-	સાં	-	-	-	રેં	-	સાં	રેં	ગં	-
-	-	પ્રે	-	મ	-	સા	-	-	-	ગ	-	રા	-	-	-
-	-	રેં	-	-	ની	-	-	સાં	-	-	-	સાં	-	-	-
-	-	જ	ય	-	શ્રી	-	-	રા	-	-	-	મા	-	-	-
-	-	ની	-	ની	-	સાં	-	-	-	રેં	-	સાં	રેં	ગં	-
-	-	પ્રે	-	મ	-	સા	-	-	-	ગ	-	રા	-	-	-
-	-	રેં	-	-	ની	-	-	રેં	-	-	-	સાં	-	ધ	-
-	-	જ	ય	-	શ્રી	-	-	રા	-	-	-	મા	-	-	-

-	-	પ	ની	-	સાં	રેં	-	ગં	-	રેં	-	સાં	-	ની	-
-	-	જ	ય	-	જ	ય	-	રા	-	-	-	મા	-	-	-
-	-	પ	ની	-	સાં	ની	-	રેં	-	-	-	સાં	ની	પ	-
-	-	જ	ય	-	ર	ઘુ	-	રા	-	-	-	મા	-	-	-
-	-	પ	સાં	-	ની	ધ	-	મ	-	ગ	-	મ	પ	પ	-
-	-	દ	શ	-	ર	થ	-	નં	-	-	-	દ	-	ન	-
ગ	-	મ	-	-	રે	-	.ની	સા	-	-	-	સા	-	-	-
-	-	રા	-	-	જ	-	-	રા	-	-	-	મા	-	-	-

22. જય જય હનુમાન

શ્રી હનુમાન ભજન	રાગ: ભીમપલાસી
તાલ: કહરવા	કોર્ડ: સાગપ સા=.A

જય જય હનુમાન જય હનુમાન

જય જય હનુમાન જય હનુમાન

મારુતિ રાયા જય હનુમાન

મહાનુભાવા જય હનુમાન

વાયુ કુમારા જય હનુમાન

વનાર વીરા જય હનુમાન

અંજની પુત્ર જય હનુમાન

અતિ બલવનતા જય હનુમાન

શ્રી રામ દૂતા જય હનુમાન

શ્રી રામ ભકતા જય હનુમાન

વિનોદ કુમાર

જય જય હનુમાન

ધ્રા	ગે	ન	તી	ન	કે	ધિ	ન	ધ્રા	ગે	ન	તી	ન	કે	ધિ	ન
1	2	3	4	5	6	7	8	1	2	3	4	5	6	7	8
પ	-	સાં	-	ની	ધ	પ	-	મ	પ	ગ	મ	પ	-	-	-
જૈ	-	જૈ	-	હ	નુ	મા	-ન	જૈ	-	હ	નુ	મા	-	-	-ન
મ	-	મ	ગ	મ	પ	પ	-	ગ	-	રે	ગ	સા	-	-	-
જૈ	-	જૈ	-	હ	નુ	મા	-ન	જૈ	-	હ	નુ	મા	-	-	-ન
પ	-	પ	પ	મ	પ	ગ	મ	પ	-	ની	ની	સાં	-	-	-
મા	-	રૂ	તિ	રા	-	યા	-	જૈ	-	હ	નુ	મા	-	-	-ન
પ	પ	ની	સાં	ગં	-	ગં	-	રૅં	-	ની	રૅં	રૅં	સાં	-	-
મ	હા	-	નુ	ભા	-	વા	-	જૈ	-	હ	નુ	મા	-	-	-ન
સાં	-	સાં	સાં	ની	-	ધ	-	પ	-	ગ	મ	પ	-	-	-
વા	-	યુ	કુ	મા	-	રા	-	જૈ	-	હ	નુ	મા	-	-	-ન
મ	-	મ	ગ	મ	પ	પ	-	ગ	-	રે	ગ	સા	-	-	-
વા	-	ન	ર	વી	-	રા	-	જૈ	-	હ	નુ	મા	-	-	-ન
પ	-	પ	પ	મ	પ	ગ	મ	પ	-	ની	ની	સાં	-	-	-
અં	-	જ	નિ	પુ	-	ત્રા	-	જૈ	-	હ	નુ	મા	-	-	-ન
ની	ની	ની	ની	સાં	ગં	ગં	-	રૅં	-	ની	રૅં	રૅં	સાં	-	-
અ	તિ	બ	લ	વં	-	તા	-	જૈ	-	હ	નુ	મા	-	-	-ન
સાં	-	સાં	સાં	ની	-	ધ	પ	પ	-	ગ	મ	પ	-	-	-
શ્રી	-	રા	-મ	દૂ	-	તા	-	જૈ	-	હ	નુ	મા	-	-	-ન
મ	-	મ	ગ	મ	પ	પ	-	ગ	-	રે	ગ	સા	-	-	-
શ્રી	-	રા	-મ	ભ	કે	તા	-	જૈ	-	હ	નુ	મા	-	-	-ન

પ	-	સાં	-	ની	ધ	પ	-	મ	પ	ગ	મ	પ	-	-	-
જૈ	-	જૈ	-	હ	નુ	મા	-ન	જૈ	-	હ	નુ	મા	-	-	-ન
મ	-	મ	ગ	મ	પ	પ	-	ગ	-	રે	ગ	સા	-	-	-
જૈ	-	જૈ	-	હ	નુ	મા	-ન	જૈ	-	હ	નુ	મા	-	-	-ન

23.   ક્યા ભરોસા હૈ ઇસ ઝિંદગી કા

તાલ: કહરવા   કોર્ડ: સાગપ   સા=C#

https://youtu.be/vLTZt0Ar0v4

ક્યા ભરોસા હૈ ઇસ ઝિંદગી કા, સાથ દેતી નહીં યહ કિસી કા

સાંસ રુક જાયેગી ચલતે ચલતે, શમા બુજહ જાયેગી જલતે જલતે
દમ નિકલ જાયેગા રોશની કા, ક્યા ભરોસા હૈ ઇસ ઝિંદગી કા

હમ રહેં ના મહોબ્બત રહેગી, દાસ્તાં અપની દુનિયા કહેગી
નામ રહ જાયેગા આદમી કા, ક્યા ભરોસા હૈ ઝિંદગી કા

દુનિયા હૈ ઇક હકીકત પુરાની ચલતે રહના હૈ ઉસકી રવાની
ફર્ઝે પૂરા કરો બંદગી કા, ક્યા ભરોસા હૈ ઇસ ઝિંદગી કા

विनोद कुमार

क्या भरोसा है ईस ज़िंदगी का

धा	गे	ना	ती	न	कं	धिं	न	धा	गे	ना	ती	न	कं	धिं	न
1	2	3	4	5	6	7	8	1	2	3	4	5	6	7	8

प्रीलुड:

सरिंसां नींसरिं गं–रें– नींसरिंसां– सरिंसां नींसरिं गं–रें– नींसरिंसां–

पंधंपंमं मंपंमंगं गंमंगरिरिंसां- पंधंपंमं मंपंमंगं गंमंगरिरिंसां-

सरिंसां नींसरिं गं–रें– नींसरिंसां– सरिंसां नींसरिं गं–रें– नींसरिंसां–

सा रेगंम   म ग   गरेसा सा

क्या भरोसा   है ईस ज़िनदगी का

पप धसां नींध प   मग म

साथ देती नहीं यह किसी का

म्युसिक:

पपपप प पधंप सां– नींध– पम– गम–

रेंरेंरें प-म म-ग ग-रे रे-सा सा–

अंतरा

गंम प पपप नींध पप (मग)

सांस रुक   जायेगी चलते चलते

गंम प   पपप नींध पप (मग)

शमां बुज्जह जायेगी जलते जलते

પ   પધસાં સાંસાંની ધપગ   મ
દમ નિકલ   જાએગા રૌશની   કા

સા રેગમ   મ ગ ગરેસા સા
ક્યા ભરોસા   હૈ ઇસ જિનદગી કા

ઇન્ટરલુડ:
ગંગં રેંરેં રેંરેં સાંસાં
ધ – ની – ની – સાં - - (રેં સાં ની)
નીસાં ગંગં ગં – મંગંરેંસાં
નીસાં રેંસાં સાં - - -

અંતરા
ગ   મપ પ પપધની   ધપપ (મ)
હમ   રહેં ના મોહોબ્બત રહેગી

ગમપ પપ   પધની ધપપ (મ)
દાસ્તા અપની દુનિયા કહેગી

પપ   ધસાં સાંસાંની ધપગ   મ
નામ રહ જાએગા આદમી કા

સા રેગમ   મ ગ ગરેસા સા
ક્યા ભરોસા   હૈ ઇસ જિનદગી કા

અંતરા:

ગ઼મપ   પ પ   પધ઼ની   ધ઼પપ (મ)

દુનિયા હૈ ઇક હકીકત પુરાની

ગ઼મ   પપ પ પધ઼ની   ધ઼પપ (મ)

ચલતે રહના હૈ ઉસકી   રવાની

પપ ધ઼સાં નીધ઼ પમગ઼ મ

ફર્જ પૂરા કરો બંદગી કા

સા રેગ઼મ   મ ગ઼ ગરેસા સા

ક્યા ભરોસા હૈ ઇસ જિનદગી કા

---

24.   લડ્ડુ જૈસા હૈ લડ્ડુ ગોપાલ

કૃષ્ણ ભજન   ગાયક: મોહન દાસ (ટીનું સિંહ)
ગીતકાર: શ્રી કેવલ કૃષ્ણ 'મધુપ'   કોર્ડ: સાગપ મધસાં   સા=.A#
તાલ: તિસ્ર જાતિ કા કહરવા
https://youtu.be/hfWqIHWIAKs

નંદ લાલ કી પ્રાણન પ્યારા માતા યશોદા લાલ

મધુપ ગોપી ગ્વાલો કા યે ઠાકુર લડ્ડુ ગોપાલ

લડ્ડુ ગોપાલ કી જય

લડ્ડુ જૈસા લડ્ડુ જૈસા

લડ્ડુ જૈસા હૈ લડ્ડુ ગોપાલ મુજહે બડા પ્યારા લગે-2

નંદ યશોદા કા યે બાલ (લાલ) મુજહે બડા પ્યારા લગે-2

ગોલ મટોલ મેરા લડ્ડુ ગોપાલા -2
બડા ભોલા ભાલા લગે જગ સે નિરાલા -2
લડ્ડુ ગોપાલા જગ સે નિરાલા
બડા કોમલ -૩ હૈ રૂપ રસાલ મુજહે બડા પ્યારા લગે

દૂધ દહી છાછ સે ઇસે નહલાઉઁ -૨
માખન મિશ્રી કા ભોગ લગાઉઁ -૨
ઇસે નહલાઉઁ, ભોગ લગાઉઁ
બડા નટખટ-૩ હૈ ગોકુલ કા ગ્વાલ મુજહે બડા પ્યારા લગે

શીશ મુકુટ પીતામ્બર પહનાઉઁ-૨
નજર ન લગે કાલા ટીકા લગાઉઁ-૨
મુકુટ પહનાઉઁ ટીકા લગાઉઁ
રાધા નામ કી પહનાઉઁ માલ મુજહે બડા પ્યારા લગે
રાધા કા ચિતચોર સાંવલા સલોના-૨
ખેલે ખીલોનો સે બ્રિજ કા ખીલોના-૨
સાંવલા સલોના બ્રિજ કા ખીલોના
ખેલ ખેલે 'મધુપ' યે કમાલ મુજહે બડા પ્યારા લગે

વિનોદ કુમાર

લડ્ડુ જૈસા હૈ લડ્ડુ ગોપાલ

ધા	ધી	ના	ધા	તૂ	ના	ધા	ધી	ના	ધા	તૂ	ના
1	2	3	4	5	6	1	2	3	4	5	6
એક			દો			તીન			ચાર		

પમ મમ મ પમમ મમ ધધ ધમધ પપ
નનદ લાલ કી પ્રાણન પ્યારા માતા યશોદા લાલ

પધધ ધધ મધપમ ગ રે ગગ ગરેસા રેસા-
મધુપ ગોપી ગ્વા-લોં- કા યે ઠાકુર લડ્ડૂ ગોપાલ

<u>ની</u>સાં <u>ની</u>સાં સાં સાં (કોર્ડ-મધસાં)
લડ્ડૂ ગોપાલ કી જય

ધા	ધી	ના	ધા	તૂ	ના	ધા	ધી	ના	ધા	તૂ	ના
									સા	રે	-
									લ	ડ્ડૂ	-
રે	-	ગ	-	-	-	-	-	-	પ	મે	-
જૈ	-	સા	-	-	-	-	-	-	લ	ડ્ડૂ	-
રે	-	ગ	-	-	-	-	-	-	સા	રે	-
જૈ	-	સા	-	-	-	-	-	-	લ	ડ્ડૂ	-
રે	-	ગ	-	ગ	-	ગ	-	મ	-	ગ	-
જૈ	-	સા	-	હૈ	-	લ	-	ડ્ડૂ	-	ગો	-
રે	ગ	રે	-	-	-	.ની	.ની	-	રે	રે	-
પા	-	-	લ	-	-	મુ	જહે	-	બ	ડા	-
ગ	-	રે	-	સા	-	સા	-	-	સા	રે	-
પ્યા	-	રા	-	લ	-	ગે	-	-	નં	દ	-

રે	ગ	-	ગ	-	-	-	-	-	પ	મે	-
ય	શો	-	દા	-	-	-	-	-	નં	દ	-
રે	ગ	-	ગ	-	-	-	-	-	સા	રે	-
ય	શો	-	દા	-	-	-	-	-	નં	દ	-
રે	ગ	-	ગ	-	-	ગ	-	પ	મ	ગ	-
ય	શો	-	દા	-	-	કા	-	-	યે	-	-
રે	ગ	રે	-	-	-	.ની	.ની	-	રે	રે	-
લા	-	-	લ	-	-	મુ	જહે	-	બ	ડા	-
ગ	-	રે	-	સા	-	સા	-	-			
પ્યા	-	રા	-	લ	-	ગે	-	-			

ઈન્ટરલુડ: ગ મ પ મગ રે રે ગ મ ગરે સા x2

સા	-	ગ	-	મ		પ	-	-	પ	પ	-
ગો	-	લ	-	મ	-	ટો	-	લ	મે	રા	-
મે	-	પ	-	પ	-	મ	-	-	પ	ગ	-
લ	-	ડડૂ	-	ગો	-	પા	-	-	લા	-	-
સા	સા	-	ગ	મ	-	પ	પ	-	પ	પ	-
બ	ડા	-	ભો	લા	-	ભા	લા	-	લ	ગે	-
મે	મે	પ	-	ધ	-	મ	-	-	પ	ગ	-
જ	ગ	સે	-	નિ	-	રા	-	-	લા	-	-
પ	-	પ	-	ધ	-	મ	-	-	ગ	-	-
લ	-	ડડૂ	-	ગો	-	પા	-	-	લા	-	-
પ	પ	પ	-	ધ	-	મ	-	-	ગ	-	-
જ	ગ	સં	-	નિ	-	રા	-	-	લા	-	-

-	-	-	સા	રે	-	ગ	-	ગ	-	-	-
			બ	ડા	-	કો	-	મ	લ		
-	-	-	પ	મે	-	રે	-	ગ	-	-	-
-	-	-	બ	ડા	-	કો	-	મ	લ		
-	-	-	સા	રે	-	ગ	-	ગ	-	ગ	-
-	-	-	બ	ડા	-	કો	-	મ	લ	હૈ	-
ગ	પ	-	મ	-	ગ	રે	ગ	રે	-	-	-
રૂ	-	-	પ	-	ર	સા	-	-	-	લ	-
.ની	.ની	-	રે	રે	-	ગ	-	રે	-	સા	-
મુ	જહે	-	બ	ડા	-	પ્યા	-	રા	-	લ	-
સા	-	-									
ગે	-	-									

ઈન્ટરલુડ: ગ મ પ મગ રે   રે ગ મ ગરે સા x2

સાસા ગમ પપ પ મેમે પપમ-પગ
દૂધ   દહી છાછ સે ઈસે નહલા-ઉં -2

સા-ગમ પપ   પ મે-પ પમ-પગ
મા-ખન મિસ્રી કા ભોગ લગા-ઉં

મેમે પપમ-ગ   મે-પ પમ-ગ મપગમરેગસા
ઈસે નહલા-ઉં   ભોગ લગા-ઉં મ્યુસિક

સારે ગ-ગ- પમે રે-ગ-
બડા નટખટ બડા નટખટ

સારે ગ-ગ- ગ ગ-મ- ગ રેગરે .ની.ની રેરે ગરે   સાસા
બડા નટખટ હૈ ગોકુલ કા ગ્વા-લ મુજહે બડા પ્યારા   લગે

લડ્ડૂ જૈસા હૈ લડ્ડૂ ગોપાલ મુજહે બડા પ્યારા....

સાગ મપપ પ મે પ પમ-ગ
શીશ મુકુટ પીતામ્બર પહનાઉં -2

સાસાગ મ પપ પપ મે-પ પમ-પગ
નજર   ન લગે કાલા ટીકા લગાઉં

મેમેપ પ-મ-ગ   મે-પ પ મ-ગ   મપગમરેગસા
મુકુટ પહનાઉં   ટીકા લગાઉં   મ્યુસિક

સારે ગગ   ગ પમે રેગગ ગ
રાધા નામ કી   રાધા ના-મ કી

સારે   ગગ ગ ગપમગ રેગરે .ની.ની રેરે ગરે   સાસા
રાધા નામ   કી પહનાઉં માલ મુજહે   બડા પ્યારા લગે

લડ્ડૂ જૈસા હૈ લડ્ડૂ ગોપાલ મુજહે બડા પ્યારા...

સાગ મ પપ પ મેમેપ   પમ-પગ
રાધા કા ચિતચોર સાંવલા સલોં-ના-

સા-ગ મ પપ   પ મે પ પમ-પ ગ
ખે-લે ખિલૌનોં   સે બ્રિજ કા ખિલૌના

```
મેમેપ  પમ-ગ  મેમે  પ  પમ-ગ  મપગમરેગસા
સાંવલા  સલૌના  બ્રિજ  કા  ખિલૌના  મ્યુસિક


સારે  ગ- ગ-  પમે  રે-ગ-
ખેલ  ખે-લે-   ખેલ  ખે-લે-


સારે   ગ-ગ-  ગગપ  મ-  ગ રેગરે  .ની.ની  રેરે   ગરે    સાસા
ખેલ  ખે-લે-  મધુપ  યે-  કમા-લ  મુજહે  બડા  પ્યારા  લગે


લડ્ડૂ જૈસા હૈ લડ્ડૂ ગોપાલ મુજહે બડા પ્યારા...
```

25.   મેરા મન પંછી યે ચાહે ઉડ વ્રંદાવન જાઉં

કૃષ્ણ ભજન

તાલ: કહરવા/ભજની

ગાયક: આચાર્ય મુકેશ ભારદ્વાજ જી
મહારાજ શ્રી વ્રીન્દાવન ધામ
કોર્ડ: ગધસાં   સા=C#

https://youtu.be/G2Vo9HgtpwY

હો હો હો હો હો હે હે હે હે હે

મેરા મન પંછી યે ચાહે ઉડ વ્રીન્દાવન જાઉં

બ્રિજ કી ઉઁ પાવન ગલિયોં મેં રાધે રાધે ગાઉં

મૈ રાધે રાધે ગાઉં મૈ શ્યામા શ્યામા ગાઉં

મેરા મન પંછી યે ચાહે

મોર મુકુટ પીતામ્બર સોહે ગલ વૈજંતી માલા

ઠોડી પે મેરે ઠાકુર કે હીરા દમકે આલા

બાકિ બિહારી ગિરધારી કોઈ કહે નંદ કો લાલા

યા હી છવિ પે બલિહારી સબ બ્રિજ કે ગોપી ગ્વાલા

યુગલ ચરણ છવિ નિરખિ નિરખિ ઓ નિજ જીવન સફલ બનાઉં

બ્રિજ કી ઉઁ પાવન ગલિયોં મેં રાધે રાધે ગાઉઁ
મૈ રાધે રાધે ગાઉઁ મૈ શ્યામા શ્યામા ગાઉઁ
મેરા મન પંછી યે ચાહે

સેવા કુંજ નિધિવન મેં આવેં નિત્ય હી રાસ બિહારી
રાસ રચાવે રાધે કે સંગ ગલ ગલ બૈયાં ડારી
રાધા રમણ રમણ રેતી બંશી વટ કી છવિ ન્યારી
કુંજ કુંજ મેં સંત બિરાજે હોય રાધે ધુન પ્યારી
યમુના મેં સ્નાન કરું ઔર યમ કી ત્રાસ મિટાઉઁ
બ્રિજ કી ઉઁ પાવન ગલિયોં મેં રાધે રાધે ગાઉઁ
મૈ રાધે રાધે ગાઉઁ મૈ શ્યામા શ્યામા ગાઉઁ
મેરા મન પંછી યે ચાહે

ડાલ ડાલ ઔર પાત પાત શ્રી રાધા નામ પુકારે
કાલીયા મર્દન રંગ નાથ પ્રભુ લીલા ને ભવ તારે
સુરદાસ હરી દાસ ભક્ત મીરા કે બજે ઇક્તરે
જો દર્શન ઇક બાર કરે વો અપને ભાગ્ય સંવારે
ગોપેશ્વર પગ પરસ ભગવતી મૈ ગોપી બન જાઉઁ
બ્રિજ કી ઉઁ પાવન ગલિયોં મેં રાધે રાધે ગાઉઁ
મૈ રાધે રાધે ગાઉઁ મૈ શ્યામા શ્યામા ગાઉઁ
મેરા મન પંછી યે ચાહે

બોલો રાધે રાધે બોલો રાધે, રાધે રાધે બોલો રાધે
બોલો શ્યામા શ્યામા બોલો શ્યામા, શ્યામા શ્યામા બોલો શ્યામા

વિનોદ કુમાર

મેરા મન પંછી યે ચાહે ઉડ વ્રંદાવન જાઉઁ

ધા	ગે	ન	તી	ન	કે	ધિ	ન	ધા	ગે	ન	તી	ન	કે	ધિ	ન
1	2	3	4	5	6	7	8	1	2	3	4	5	6	7	8
સાં	-	-	-	-	ની	-	ધ	ધ	-	ની	-	-	-	-	ગ
હે	-	-	-	-	હે	-	હે	હે	-	હે	-	-	-	-	હૂં
મ	-	-	ધ	પ	ધ	મ	પ	ગ	-	-	-	-	-	-	-
હૂં	-	-	હૂં	હૂં	-	હૂં	-	હૂં	-	-	-	-	-	-	-
ગ	-	ગ	-	ધ	-	ધ	-	સાં	-	સાં	-	ધ	-	ધ	-
મે	-	રા	-	મ	ન	પં	-	છી	-	યે	-	ચા	-	હે	-
સાં	-	સાં	-	ધ	-	ગ	-	પ	-	પ	-	મ	-	-	-
ઉ	ડ	વ્રન	-	દા	-	વ	ન	જ	-	ઉઁ	-	-	-	-	-
પ	પ	પ	-	મ	મ	મ	-	રે	-	રે	રે	સા	-	.ની	-
બ્રિ	જ	કી	-	ઉ	ન	પા	-	વ	ન	ગ	લિ	યોં	-	મેં	-
.ની	-	રે	-	પ	-	મ	-	ગ	-	ગ	-	-	-	સાં	-
રા	-	ધે	-	રા	-	ધે	-	ગા	-	ઉઁ	-	-	-	મૈં	-
ધ	-	ધ	-	સાં	-	સાં	-	ની	-	ની	-	-	-	ની	-
રા	-	ધે	-	રા	-	ધે	-	ગા	-	ઉઁ	-	-	-	મૈં	-
રેં	-	સાં	-	ની	-	ની	-	ધ	-	ધ	-	-	-	ધ	-
શ્યા	-	મા	-	શ્યા	-	મા	-	ગા	-	ઉઁ	-	-	-	મૈં	-
-	-	ધ	-	ધ	સાં	-	સાં	ની	-	ની	-	-	-	ની	-
-	-	રા	-	ધે	રા	-	ધે	ગા	-	ઉઁ	-	-	-	મૈં	-
-	-	રેં	-	સાં	ની	-	ધ	ધ	પ	ધ	ની	પ	મ	ગ	-
-	-	શ્યા	-	મા	શ્યા	-	મા	ગા	-	ઉઁ	-	-	-	-	-

ઇન્ટરલુડ:

સાં	-	-	-	-	ની	-	ધ	ધ	-	ની	-	-	-	-	ગ
હે	-	-	-	-	હે	-	હે	હે	-	હે	-	-	-	-	હું
મ	-	-	ધ	પ	ધ	મ	પ	ગ	-	-	-	-	-	-	-
હું	-	-	હું	હું	-	હું	-	હું	-	-	-	-	-	-	-
સાં	-	સાં	સાં	ની	ની	ધ	-	સાં	-	સાં	સાં	ની	-	ધ	-
મો	-	૨	મુ	કુ	ટ	પી	-	તાં	-	બ	૨	સો	-	હે	-
સાં	સાં	સાં	-	ની	-	ધ	-	ની	-	ની	-	પ	-	-	-
ગ	લ	વૈ	-	જ	-	ન્તી	-	મા	-	લા	-	-	-	-	-
ની	-	ની	-	ધ	-	પ	-	ની	-	ની	-	ધ	-	પ	-
ઠો	-	ડી	-	પે	-	મે	-	રે	-	ઠા	-	કુ	૨	કે	-
મ	-	મ	-	પ	-	ની	-	ધ	-	ધ	-	-	-	-	-
હી	-	રા	-	દ	મ	કે	-	આ	-	લા	-	-	-	-	-
સાં	-	સાં	સાં	ની	-	ધ	-	સાં	-	સાં	-	ની	-	ધ	-
બાં	-	કે	બિ	હા	-	રી	-	ગિ	૨	ધા	-	રી	-	કો	ઈ
સાં	સાં	-	ની	-	ધ	ધ	-	ની	-	ની	-	પ	-	-	-
ક	હે	-	નં	-	દ	કો	-	લા	-	લા	-	-	-	-	-
ની	-	ની	ની	ધ	-	પ	-	ની	ની	ની	-	ધ	-	સાં	સાં
યા	-	હી	છ	બી	-	પે	-	બ	લિ	હા	-	રી	-	સ	બ
મ	મ	મ	-	પ	-	ની	-	ધ	-	ધ	-	-	-	-	-
બ્રિ	જ	કે	-	ગો	-	પી	-	ગ્વા	-	લા	-	-	-	-	-

વિનોદ કુમાર

ગ	ગ	ગ	ગ	ધ	ધ	ધ	ધ	સાં	સાં	સાં	સાં	ધ	ધ	-	-
યુ	ગ	લ	ચ	ર	ન	છ	બિ	નિ	ર	ખિ	નિ	ર	ખિ	-	-
સાં	-	-	રે	ની	-	-	સાં	ધ	-	-	ની	મ	પ	ગ	-
ઓ	-	-	-	-	-	-	-	-	-	-	-	-	-	-	-
ગ	ગ	ગ	ગ	ધ	ધ	ધ	ધ	સાં	સાં	સાં	સાં	ધ	ધ	ધ	ધ
યુ	ગ	લ	ચ	ર	ન	છ	બિ	નિ	ર	ખિ	નિ	ર	ખિ	નિ	જ
સાં	-	સાં	સાં	ધ	ધ	ધ	ગ	ગ	-	પ	મ	-	-	-	-
જી	-	વ	ન	સ	ફ	લ	બ	ના	-	ઉાં	-	-	-	-	-
પ	પ	પ	-	મ	મ	મ	-	રે	-	રે	રે	સા	-	.ની	-
બ્રિ	જ	કી	-	ઉ	ન	પા	-	વ	ન	ગ	લિ	યોં	-	में	-
.ની	-	રે	-	પ	-	મ	-	ગ	-	ગ	-	-	-	ની	-
રા	-	ઘે	-	રા	-	ઘે	-	ગા	-	ઉાં	-	-	-	मैं	-
ધ	-	ધ	-	સાં	-	સાં	-	ની	-	ની	-	-	-	ની	-
રા	-	ઘે	-	રા	-	ઘે	-	ગા	-	ઉાં	-	-	-	मैं	-
રેં	-	સાં	-	ની	-	ની	-	ધ	-	ધ	-	-	-	સાં	-
શ્યા	-	મા	-	શ્યા	-	મા	-	ગા	-	ઉાં	-	-	-	मैं	-
-	-	ધ	-	ધ	સાં	-	સાં	ની	-	ની	-	-	-	ની	-
-	-	રા	-	ઘે	રા	-	ઘે	ગા	-	ઉાં	-	-	-	मैं	-
-	-	રેં	-	સાં	ની	-	ધ	ધ	પ	ધ	ની	પ	મ	ગ	-
-	-	શ્યા	-	મા	શ્યા	-	મા	ગા	-	ઉાં	-	-	-	-	-
ગ	-	ગ	-	ધ	-	ધ	-	સાં	-	સાં	-	ધ	-	ધ	-
મે	-	રા	-	મ	ન	પં	બિ	છી	-	યે	-	ચા	-	હે	-

સાં	-	સાં	-	ધ	-	ગ	-	પ	-	પ	-	મ	-	વ	-
ઉ	ડ	વ્રન	-	દા	-	વ	ન	જ	-	ઊં	-	-	-	-	-
પ	પ	પ	-	-	-	મ	-	રે	-	રે	રે	સા	-	.ની	-
બ્રિ	જ	કી	-	-	-	પા	-	વ	ન	ગ	લિ	યોં	-	મેં	-
.ની	-	રે	-	પ	-	મ	-	ગ	-	ગ	-	-	-	-	-
રા	-	ઘે	-	રા	-	ઘે	-	ગા	-	ઊં	-	-	-		
સાં	-	-	-	-	ની	-	ધ	ધ	-	ની	-	-	-	-	ગ
હે	-	-	-	-	હે	-	હે	હે	-	હે	-	-	-	-	હૂં
મ	-	-	ધ	પ	ધ	મ	પ	ગ	-	-	-	-	-	-	-
હૂં	-	-	હૂં	હૂં	-	હૂં	-	હૂં	-	-	-	-	-	-	-
સાં	-	સાં	ની	-	ની	ધ	ધ	સાં	સાં	સાં	-	ની	-	ધ	-
સે	-	વા	કું	-	જ	નિ	ધિ	બ	ન	મેં	-	આ	-	વૈ	-
સાં	-	સાં	સાં	ની	-	ધ	ધ	ની	-	ની	-	પ	-	-	-
નિ	-	ત્ય	હી	રા	-	સ	બિ	હા	-	રી	-	-	-	-	-
ની	-	ની	ની	ધ	-	પ	-	ની	-	ની	-	ધ	-	પ	પ
રા	-	સ	ર	ચા	-	વૈ	-	રા	-	ઘે	-	કે	-	સં	ગ
મ	મ	મ	મ	પ	-	ની	-	ધ	-	ધ	-	-	-	-	-
ગ	લ	ગ	લ	બૈન્	-	યા	-	ડા	-	રી	-	-	-	-	-
સાં	-	સાં	ની	ધ	ધ	-	ધ	સાં	-	સાં	-	ની	-	ધ	-
રા	-	ધા	ર	મ	ણ	-	ર	મ	ણ	રે	-	તી	-	વં	-

સાં - સાં ની | ની - ધ ધ | ની - ની - | પ - - -
શી - વ ટ | કી - છ બિ | ન્યા - રી - | - - - -
ની - ની ધ | - ધ પ - | ની - ની ધ | સાં - સાં -
કુ - ન્જ કુ | - ન્જ મેં - | સં - ત બિ | રા - જે -
મ મ મ - | પ - ની ની | ધ - ધ - | - - - -
હો યે રા - | ઘે - ઘુ નિ | પ્યા - રી - | - - - -
ગ ગ ગ - | ધ - ધ ધ | સાં - સાં સાં | ધ - - -
ય મુ ના - | મેં - ઈ સ | ના - ન ક | રૂ - - -
સાં - - રેં | ની - - સાં | ધ - - ની | મ પ ગ -
ઓ - - - | - - - - | - - - - | - - - -
ગ ગ ગ - | ધ - ધ ધ | સાં - સાં સાં | ધ - ધ ધ
ય મુ ના - | મેં - ઈ સ | ના - ન ક | રૂ - औ ર
સાં સાં સાં - | ધ - ધ ગ | ગ - પ મ | - - - -
ય મ કી - | ત્રા - સ મિ | ટા - ઊં - | - - - -
પ પ પ - | મ મ મ - | રે - રે રે | સા - .ની -
બ્રિ જ કી - | ઉ ન પા - | વ ન ગ લિ | યોં - મેં -
.ની - રે - | પ - મ - | ગ - ગ - | - - ની -
રા - ઘે - | રા - ઘે - | ગા - ઊં - | - - મૈં -
ધ - ધ - | સાં - સાં - | ની - ની - | - - ની -
રા - ઘે - | રા - ઘે - | ગા - ઊં - | - - મૈં -
રેં - સાં - | ની - ની - | ધ - ધ - | - - ધ -
શ્યા - મા - | શ્યા - મા - | ગા - ઊં - | - - મૈં -

-	-	ધ	-	ધ	સાં	-	સાં	ની	-	ની	-	-	-	ની	-
-	-	રા	-	ઘે	રા	-	ઘે	ગા	-	ઉં	-	-	-	મૈં	-
-	-	રેં	-	સાં	ની	-	ધ	ધ	પ	ધ	ની	પ	મ	ગ	-
-	-	શ્યા	-	મા	શ્યા	-	મા	ગા	-	ઉં	-	-	-	-	-
ગ	-	ગ	-	ધ	-	ધ	-	સાં	-	સાં	-	ધ	-	ધ	-
મે	-	રા	-	મ	ન	પં	-	છી	-	યે	-	ચા	-	હે	-
સાં	-	સાં	-	ધ	-	ગ	-	પ	-	પ	-	મ	-	-	-
ઉ	ડ	વ્રન	-	દા	-	વ	ન	જ	-	ઉં	-	-	-	-	-
પ	પ	પ	-	મ	મ	મ	-	રે	-	રે	રે	સા	-	.ની	-
બ્રિ	જ	કી	-	ઉ	ન	પા	-	વ	ન	ગ	લિ	યોં	-	મેં	-
.ની	-	રે	-	પ	-	મ	-	ગ	-	ગ	-	-	-		
રા	-	ઘે	-	રા	-	ઘે	-	ગા	-	ઉં	-	-	-		
														મ	ગ
														બો	લો
મ	-	મ	મ	-	મ	મ	ગ	પ	-	પ	-	-	-	-	-
રા	-	ઘે	રા	-	ઘે	બો	લો	રા	-	ઘે	-	-	-	-	-
ની	-	ની	ની	-	ની	ધ	પ	ધ	-	ધ	-	-	-	મ	ગ
રા	-	ઘે	રા	-	ઘે	બો	લો	રા	-	ઘે	-	-	-	બો	લો
મ	-	મ	મ	-	મ	મ	ગ	પ	-	પ	-	-	-	-	-
શ્યા	-	મા	શ્યા	-	મા	બો	લો	શ્યા	-	મા	-	-	-	-	-
ની	-	ની	ની	-	ની	ધ	પ	ધ	-	ધ	-	-	-		
શ્યા	-	મા	શ્યા	-	સાં	બો	લો	શ્યા	-	મા	-	-	-		

બાકી એસે હી બજાએન

26. નિજ ધર્મ પર ચલના બતાતી રામાયણ

ભજન

ગીતકાર: ગોસ્વામી બિંદુ જી મહારાજ

તાલ: રૂપક

સંગીતકાર: વિનોદ કુમાર

ગાયક: અભિષેક ભામા વ સાથી

કોર્ડ: મધસાં   સા=C

https://youtu.be/UH8AtaYPXM0

હમે નિજ ધર્મ પર ચલના બતાતી રોઝ રામાયણ

સદા શુભ આચરણ કરના બતાતી રોઝ રામાયણ

જિન્હેન સંસાર સાગર સે ઉતર કર પાર જાના હૈ

ઉન્હેન સુખ સે કિનારે પર લગાતી રોઝ રામાયણ

કહી છવિ વિષ્ણુ કી બાંકી કહી શંકર કી હૈ જહાંકી

હિદય આનંદ જહુલે પર જહુલાતી રોઝ રામાયણ

સરલ કવિતા કે કુંજો મેં બના મંદિર હૈ હિન્દી કા

જહાં પ્રભુ પ્રેમ કા દર્શન કરાતી રોઝ રામાયણ

કભી વેદો કે સાગર મેં કભી ગીતા કી ગંગા મેં

કભી રસ 'બિંદુ' મેં મન કો ડુબોતી રોઝ રામાયણ

નિજ ધર્મ પર ચલના બતાતી રામાયણ

| તી | તી | ના | ધિં | ના | ધિં | ના | તી | તી | ના | ધિં | ના | ધિં | ના |
1	2	3	4	5	6	7	1	2	3	4	5	6	7
									મ	મ	-	પ	પ
									હ	મેં	-	નિ	જ
ની	-	ની	ની	-	ની	-	ધ	-	ધ	પ	-	મ	-
ધ	૨	મ	પ	૨	ચ	લ	ના	-	બ	તા	-	તી	-
ગ	-	મ	ધ	-	પ	-	મ	-	મ	મ	-	પ	પ
રો	-	જ	રા	-	મા	-	ય	ણ	સ	દા	-	શુ	ભ
ની	-	ની	ની	-	ની	-	ધ	-	ધ	પ	-	મ	-
આ	-	ચ	૨	ણ	ક	૨	ના	-	સિ	ખા	-	તી	-
ગ	-	મ	ધ	-	પ	-	મ	-					
રો	-	જ	રા	-	મા	-	ય	ણ					
ઇન્ટરલુડ::									-	મ	-	પ	-
ધ	ની	ધ	પ	-	મ	-	ગ	-	ગ	મ	-	પ	-
ધ	ની	ધ	પ	-	મ	-	મ	-	-	મ	-	પ	-
ધ	ની	ધ	પ	-	મ	-	ગ	-	ગ	મ	-	પ	-
ધ	ની	ધ	પ	-	મ	-	મ	-					
									ધ	ધ	-	ની	-
									જિ	હેં	-	સં	-
સાં	-	સાં	સાં	-	સાં	-	સાં	-	સાં	સાં	-	સાં	-
સા	-	૨	સા	-	ગ	૨	સે	-	ઉ	ત	૨	ક	૨

રં	-	રં	સાં	-	ની	-	ધ	-	મ	મ	-	પ	પ
પા	-	ર	જ	-	ના	-	હૈ	-	ઉ	ન્હે	-	સુ	ખ
ની	-	ની	ની	-	ની	-	ધ	-	ધ	પ	-	મ	-
સે	-	કિ	ના	-	રે	-	પ	ર	લ	ગા	-	તી	-
ગ̲	-	મ	ધ	-	પ	-	મ	-	મ	મ	-	પ	પ
રો	-	જ	રા	-	મા	-	ય	ણ	હ	મેં	-	નિ	જ
ની	-	ની	ની	-	ની	-	ધ	-	ધ	પ	-	મ	-
ધ	ર	મ	પ	ર	ચ	લ	ના	-	બ	તા	-	તી	-
ગ̲	-	મ	ધ	-	પ	-	મ	-	મ	મ	-	પ	પ
રો	-	જ	રા	-	મા	-	ય	ણ	સ	દા	-	શુ	ભ
ની	-	ની	ની	-	ની	-	ધ	-	ધ	પ	-	મ	-
આ	-	ચ	ર	ણ	ક	ર	ના	-	સિ	ખા	-	તી	-
ગ̲	-	મ	ધ	-	પ	-	મ	-					
રો	-	જ	રા	-	મા	-	ય	ણ					

ઇન્ટરલુડ: ઉપર કી તરહ.

									ધ	ધ	-	ની	ની
									ક	હીં	-	છ	વિ
સાં	-	સાં	સાં	-	સાં	-	સાં	-	સાં	સાં	-	સાં	-
વિ	-	ણુ	કી	-	બાં	-	કી	-	ક	હીં	-	શં	-
રં	-	રં	સાં	-	ની	-	ધ	-	મ	મ	-	પ	-
ક	ર	કી	હૈ	-	જહાં	-	કી	-	હ	દ	ય	આ	-

ની	-	ની	ની	-	ની	-	ધ	-	ધ	પ	-	મ	-
નં	-	દ	જહુ	-	લે	-	પ	ર	જહુ	લા	-	તી	-
ગ	-	મ	ધ	-	પ	-	મ	-	મ	મ	-	પ	પ
રો	-	જ	રા	-	મા	-	ય	ણ	હ	મેં	-	નિ	જ
ની	-	ની	ની	-	-	-							
ધ	ર	મ	પ	ર	-	-							

ઇન્ટરલુડ: ઉપર કી તરહ.

							ધ			ધ	-	ની	ની
							સ			ર	લ	ક	વિ
સાં	-	સાં	સાં	-	સાં	-	સાં	-	સાં	સાં	-	સાં	-
તા	-	કે	કું	-	જો	-	મેં	-	બ	ના	-	મં	-
રેં	-	રેં	સાં	-	ની	-	ધ	-	મ	મ	-	પ	પ
દિ	ર	હૈ	હિ	-	દી	-	કા	-	જ	હાં	-	પ્ર	ભુ
ની	-	ની	ની	-	ની	-	ધ	-	ધ	પ	-	મ	-
પ્રે	-	મ	કા	-	દ	ર	શ	ન	ક	રા	-	તી	-
ગ	-	મ	ધ	-	પ	-	મ	-	મ	મ	-	પ	પ
રો	-	જ	રા	-	મા	-	ય	ણ	હ	મેં	-	નિ	જ
ની	-	ની	ની	-	-	-							
ધ	ર	મ	પ	ર	-	-							

ઇન્ટરલુડ: ઉપર કી તરહ.

							ધ			ધ	-	ની	-
							ક			ભી	-	વે	-

વિનોદ કુમાર

સાં - સાં	સાં -	સાં -	સાં - સાં	સાં -	સાં -
દો - કે	સા -	ગ ર	મેં - ક	ભી -	ગી -
રેં - રેં	સાં -	ની -	ધ - મ	મ -	પ પ
તા - કી	ગં -	ગા -	મેં - ક	ભી -	ર સ
ની - ની	ની -	ની -	ધ - ધ	પ -	મ -
બિ - દુ	મેં -	મ ન	કો - દુ	વો -	તી -
ગ - મ	ધ -	પ -	મ - મ	મ -	પ પ
રો - જ	રા -	મા -	ય ણ હ	મેં -	નિ જ
ની - ની	ની -	- -			
ધ ર મ	પ ર	- -			

27. નિર્બળ કે પ્રાણ પુકાર રહે

હરી ભજન   ગાયક: ગૌતમ

તાલ: કહરવા   કોર્ડ: પનીરૈં   સા=C#

https://youtu.be/2ZXB6lKP8MQ

એસી ભક્તિ દે દો મુજહે શ્યામ કે જપતા રહું મૈ તેરા નામ

સફલ હો મેરી ભક્તિ બુલાલે મુજહકો ગોકુલ ધામ

નીર્બળ કે પ્રાણ પુકાર રહે, જગદીશ હરે જગદીશ હરે

આકાશ હિમાલય સાગર મેં, પ્રિથ્વી પાતાલ ચરાચર મેં

યે બોલ મધુર ગુંજાર રહે -ર જગદીશ હરે જગદીશ હરે

જબ દયા દૃષ્ટિ હો જાતી હૈ, જલતી ખેતી હરિયાતી હૈ

ટૂટે ન લગા યે તાર રહે -ર જગદીશ હરે જગદીશ હરે

મુજહમેં તુજહમેં અંતર યે હૈ મૈ નર હું તુમ નારાયણ હો

મૈ હું ઉસ જગ કે હાથો મેં જિસકા તૂ ઉદ્ધાર કરે

વિનોદ કુમાર

નિર્બળ કે પ્રાણ પુકાર રહે

ધા	ગે	ન	તિ	ન	કે	ધિ	ન	ધા	ગે	ન	તિ	ન	કે	ધિ	ન
1	2	3	4	5	6	7	8	1	2	3	4	5	6	7	8

રૈં ગંસાંની રેંસાંગં રેં સાંની પમ મ મમમ મપ ની ધપ પ
એસી ભક્તિ દે--- દો મુજહે શ્યામ કે જપતા રહું મૈં તેરા નામ

મગમ પ મપગ ગમપ મમમ સાંસાંસાં સરિંગં રેંસાં
સફ઼લ હો મે-રી ભક્તિ બુલાલે મુજહકો ગોકુલ ધામ

ગરેંસાંધ પસાંની ની
મુજહકો- ગોકુલ ધામ

નીસાંસાં રેં સાંની નીનીસાંની ધપ
નિર્બલ કે પ્રાણ પુકા-ર રહે,

નીસાંસાં રેંગંમરેં સાંની નીનીસાંની ધપ
નિર્બલ કે---- પ્રાણ પુકા---ર રહે

પપપમગ-પ પપ પપપધ-પ મમ મમમગ-પપ પપ પપપધસાંસાં નીની
જગદી-શ હરે જગદી-શ હરે જગદી---શ હરે જગદી--શ હરે

રેંગં મંગરેં રેંગંમં રેંસાં રેં રેંગં મંગરેં સાંનીસાંસાં સાં
આકાશ હિમાલય સાગર મેં- આકાશ હિમાલય સા-ગર મેં,

સાંસાંસાં સાંધપ પપસાંસાંની ની
પ્રિથ્વી   પાતાલ ચરા-ચર   મેં

ધ નીની ધની નીધસાંની ધપ સાં સાંગ઼રેં સાંની નીગપધ નીધપ
યે બોલ મધુર ગુન્જાર   રહે યે બોલ મધુર ગુન્જાર રહે- ,

પપમગ઼-પ પપ પપધ-પ   મમ મમમગ઼-પપ પપ પપધસાંસાં નીની
જગદી-શ હરે જગદી-શ હરે જગદી---શ હરે જગદી--શ હરે

રેં રેંરેં ગ઼ંમં ગ઼રિરેંની રેં ગ઼ંમંસાં સાં રેંરેં ગ઼ંમં ગ઼રિરેંની રેંસાંની સાંસાં સાં
ઓ જબ દયા દ્રષ્ટિ- હો જા-તી હૈ જબ દયા દ્રષ્ટિ- હો--- જાતી હૈ,

સાંસાંસાં પપ સાંનીસાંની ની
જલતી   ખેતી હરિયાતી હૈ
ધની ની ધની ની ધસાંની ધપ ધનીરેં સાં નીની ની ગપધ નીધપ
ટૂટે ન લગા યે તા-ર રહે ટૂટે- ન લગા યે તા-ર રહે- ,

પપમગ઼-પ પપ પપધ-પ   મમ મમમગ઼-પપ પપ પપધસાંસાં નીની
જગદી-શ હરે જગદી-શ હરે જગદી---શ હરે જગદી--શ હરે

રેં રેંગ઼ંમં   ગ઼રિરેં રેંગ઼ંમં રેંસાં સાં રેં રેંગ઼ંમં ગ઼રિરેં રેંનીસાંસાં સાં સાં
હો મુઝહમેં- તુઝહમે અંતર યે- હૈ હો મુઝહમેં-તુઝહમે અંત--ર યે હૈ

સાં સાંસાં ધપ પ   સાંસાંનીની ની
મૈં નર હૂં- તુમ નારાયણ   હો

ધની ની ધની નીની ધસાં નીધપમ પ
મૈં- હું ઉસ જગ કે- હા-થોં- મેં

નીસાંરેં ની નીની નીનીપમ ગમ પનીધપ પ મમમ મગ પધપ મમ
મૈં-- હું ઉસ જગ--- કે- હા-થોં- મેં જિસકા તૂ ઉદ્ધાર કરે

પપમગ-પ પપ પપધ-પ મમ મમમગ-પપ પપ પપધસાંસાં નીની
જગદી-શ હરે જગદી-શ હરે જગદી---શ હરે જગદી--શ હરે

28. ઓ શંકર મેરે કબ હોંગે દર્શન તેરે

ફિલ્મ: બૈરાગ (1976) સંગીતકાર: કલ્યાણજી આનંદજી
ગીતકાર: આનંદ બકશી ગાયક: મહેન્દ્ર કપૂર
તાલ: કહરવા કોર્ડ: સાગધ ગપની સા=F#
https://youtu.be/I16FRbPQ3Ew

જીવન પથ પર શામ સવેરે છાયે હૈ ધનધોર અંધેરે
ઓ શંકર મેરે કબ હોંગે દર્શન તેરે

મૈ મૂરખ તુ અંતરયામી, મૈ સેવક તૂં મેરા સ્વામી
કાહે મુજહ સે નાતા તોડા, મન છોડા મંદિર ભી છોડા
કિતની દૂર -ર લગાયે તૂને જા કૈલાશ પે ડેરે

તેરે દ્વારે જોત જગાતે, યુગ બીતે તેરે ગુણ ગાતે
ના માંગું મૈ હીરિ મોતી, માંગું બસ થોડી સી જ્યોતિ
ખાલી હાથ ન જઉંગા મૈ, દાતા દ્વાર સે તેરે

ઓ શંકર મેરે કબ હોંગે દર્શન તેરે

ધા	ગે	ન	તિ	ન	કે	ધિ	ન	ધા	ગે	ન	તિ	ન	કે	ધિ	ન
1	2	3	4	5	6	7	8	1	2	3	4	5	6	7	8

પ્રીલુડ:

સાં---- રેં સાં ગં ----

રેં ---- સાં ---- ની ધ રેં----

સાં ની ધ સાં ----

સાં-સાંસાં રેંસાં સાં—ધ ધસાંગં સાંધપ ગપ ધ ધગપધમે ગરેગરેસા

જિ-વન પથ પર---, શા-મ સવેરે છાએ હૈં ધનધો-ર અંધે-રે-

ધ- પ- મે પ ધ પ- મે-ગ મે પ-- ગ રે સા

આ---------- આ------------ મ્યુસિક

મ્યુસિક: ગગ ગ –ગ ગ રે –રે રે .ધ –ગ –રે ઙાં -2

ફ્લુત: ગ મે- મેધ- મેધ- મેગ ગમેધ- મેગ- રેગ-

ગગ ગ –ગ ગ રે –રે રે .ધ –ગ –રે સા

ગગ ગ ગ ગ રે રે રે

ધ મે ગ રે સા

સા સાસારે ગગરેગગધ- પધમેગ રેગ રેસા રેગરેસા સાસા

ઓ શંકર મેરે------------- કબ હોંગે દર્શન તેરે

ગ ગગ ગગ ગગ ગરે રેગગ રેસાગ

જિ વન પથ પર, શામ સંવેરે------

ગ ગગ ગગ ગગ ગરે રેગગ પપ પ પપગધપ ગરેગરેસા
જિ વન   પથ પર, શામ સવેરે છાએ હૈં ધનધો-ર અંધે-રે-

સા સાસારે ગગરેગગધ- પધમેગ રેગ રેસા રેગરેસા સાસા
ઓ શંકર મેરે-------------- કબ હોંગે દર્શન તેરે

ઈન્ટરલુડ:
ગગ ગ ગ ગ રે રે રે .ધ ગ રે સા
ગગ ગ ગ ગ રે રે રે ધ મે ગ રે ગ મે ધ

સાં નીધધ ધ પગગધપ સા સારેગગ ધ મેગરેગ રેસાસા
મૈં મૂરખ તૂ અંતરયામી, મૈં સેવક   તૂ મે-રા- સ્વામી

મમ મમ મ મમેધ મગરેમ મમ મમ મમમ મેધ મગ
કાહે મુજહ સે નાતા તો-ડા-, મન છોડા, મન્દિર ભી- છોડા

સાંસાંસાં સાં------નીધસાં
કિતની દૂર

સાંસાંસાં સાં સાંસાંનિરિસાં ધપપ પ પપપ ધ ગગધ --- મેગરે
કિતની દૂર લગા-યે- તૂ-ને જ કૈલાશ પે ડેરે-----------

સા સાસારે ગગરેગગધ- પધમેગ રેગ રેસા રેગરેસા સાસા
ઓ શંકર મેરે-------------- કબ હોંગે દર્શન તેરે

ઇન્ટરલુડ:

સિતાર: સા રે મ મ મ મ ધ મે ગ – રેગ- રે સા

સા રે મ મ મ ધ મે ગ ધ મે ગ રે ગ મે ધ –

સાંની ધધ ધ પગ ગધપ સાસા સારેગ ધ-મેગ રેગ રેસાસા

તેરે   દ્વાર પે જોત જગાતે, યુગ બી-તે તે-રે- ગુણ ગા-તે

મ મમ મ મમેધ મગરેમ મમ મ મમ મેધ મગ

ના માંગૂ મૈં હીરિ- મોતી--, માંગૂ બસ થોડી સી- જ્યોતિ

સાંસાં સાંસાં સાં સરિંગરિં સાં

ખાલી હાથ ના જાઉં-ગા મૈં

બીન: સાગગ સારેરે .નીસાસા .નીસાસા x 3

સાંનીધપમગરેસા રે-ગ-મે-ધ-

સાંસાં સાંસાં સાં સાંનીરિંસાંધ પ પપ પપ પ ગગધ- મેગરેસા

ખાલી હાથ ના જા-ઉં-ગા   મૈં દાતા દ્વાર સે તેરે----એ------

સા સાસારે ગગરેગગધ- પધમેગ રેગ રેસા રેગરેસા સાસા

ઓ શંકર મેરે-------------- કબ હોંગે દર્શન તેરે

મ્યુસિક: સા રે ગ પ ધ સાં- (રેંસાં) x8

સાં ની ધ પ ગ રે સા મ

મમ   મમ મમેધમેમ   ગમ
કબ હોંગે દર- શન   તેરે

ધધ   ધધ   ધધ મેગ   મેધ
કબ હોંગે દર- શન   તે રે

સાંસાં સાંસાં સરિગં રેંસાં   નીસાં
કબ   હોંગે દર- શન   તે રે -2
મ્યુસિક:
રેંસાંનીધ નીધપમ પમગરે ગરેસા.ધ સા---- રે ---- સા -----

29. પ્રેમ મુદિત મન સે કહો રામ

શ્રી રામ ભજન
તાલ: દાદરા

ગાયક: શ્રીમતી એમ એસ સુબ્બાલક્ષ્મી
કોર્ડ: રેમેધ   સા= G

https://youtu.be/U1WN4-fSw-4

પ્રેમ મુદિત મન સે કહો રામ રામ રામ
શ્રી રામ રામ રામ શ્રી રામ રામ રામ શ્રી રા---મ રામ રામ

પાપ કટે દુ:ખ મિટે લે કે રામ નામ, ભવ સમુદ્ર સુખદ નાવ એક રામ નામ
શ્રી રામ રામ રામ શ્રી રામ રામ રામ, શ્રી રામ રામ રામ શ્રી રા---મ રામ રામ

પરમ શાંતિ સુખ નિધાન નિત્ય રામ નામ, નિરાધાર કો આધાર એક રામ નામ
શ્રી રામ રામ રામ શ્રી રામ રામ રામ, શ્રી રામ રામ રામ શ્રી રા---મ રામ રામ

પરમ ગુપ્ય પરમ ઈષ્ટ મંત્ર રામ નામ, સંત હ્રિદય સદા બસત એક રામ નામ
શ્રી રામ રામ રામ શ્રી રામ રામ રામ, શ્રી રામ રામ રામ શ્રી રા---મ રામ રામ

મહાદેવ સતત જપત દિવ્ય રામ નામ, કાશી મરત મુક્ત કરત ચઢત રામ નામ
શ્રી રામ રામ રામ શ્રી રામ રામ રામ, શ્રી રામ રામ રામ શ્રી રા---મ રામ રામ

માત પિતા બંધુ સખા સબ હિ રામ નામ, ભક્ત જનન જીવન ધન એક રામ નામ
શ્રી રામ રામ રામ શ્રી રામ રામ રામ, શ્રી રામ રામ રામ શ્રી રા---મ રામ રામ

વિનોદ કુમાર

પ્રેમ મુદિત મન સે કહો રામ

ધા	ધી	ના	ધા	તૂં	ના	ધા	ધી	ના	ધા	તૂં	ના
1	2	3	4	5	6	1	2	3	4	5	6

ગગ   ગગગ રેમે ગ રેસારે મેમે ગરેગ મે

પ્રેમ મુદિત મન સે કહો રામ રામ રામ

મે   મેમે મેગમે ધપ   પ ધમે રેરે મેગ ગ રેગમેગ રેસારે મેગ

શ્રી   રામ રા-મ રામ શ્રી રામ રામ રામ શ્રી રા---મ રા-મ રામ

મેમે ધધ નીધ નીની ધ ધ ધરેંની ધપ

પાપ કટે દુખ મિટે લેકે રામ નામ

મેમે   મેમેગમે   ધધધધ મેમે ગગ રેસારે મેગ

ભવ સમુદ્ર   સુખદ નાવ એક રા-મ નામ

ગ ગગ ગરેગ મે મે મેમે મેગમે મેધપ

શ્રી રામ રા-મ રામ શ્રી રામ રા-મ રા-મ

પ   ધમે રેમે મેગ ગ રેગમેગ રેસારે મેગ

શ્રી રામ રામ રામ શ્રી રા---મ રા-મ રામ

ગમેમે ધધ ધની ધનીની ધધ ધરેંની ધપ

પરમ શાંતિ સુખ નિધાન નિત્ય રા-મ નામ

મેમેમેગમે ધ ધમેગ ગગ રેસારે મેગ

નિરાધાર કો આધાર એક રા-મ નામ

ગ ગગ ગરેગ મે મે મેમે મેગમે મેધપ
શ્રી રામ રા-મ રામ શ્રી રામ રા-મ રા-મ

પ ધમે રેમે મેગ ગ રેગમેગ રેસારે મેગ
શ્રી રામ રામ રામ શ્રી રા---મ રા-મ રામ

ગમેમે ધધ ધનીધ નીની ધધ ધરેંની ધપ
પરમ   ગુપ્ય પરમ ઈષ્ટ મંત્ર રા-મ નામ

મેમે મેગમે મેધ મેમેમે ગગ રેસારે મેગ
સંત હૃદય સદા બસત એક રા-મ નામ

ગ ગગ ગરેગ મે મે મેમે મેગમે મેધપ
શ્રી રામ રામ રામ શ્રી રામ રા-મ   રા-મ

પ ધમે રેમે મેગ ગ રેગમેગ રેસારે મેગ
શ્રી રામ રામ રામ શ્રી રા---મ રા-મ રામ

ગમેધધ ધનીધ નીનીની ધધ ધરેંની ધપ
મહાદેવ સતત જપત દિવ્ય રા-મ નામ

મેમે   મેગમે પ-ધ મેમેગ ગમેગ રેસારે મેગ
કાશી મરત મુક્ત કરત ચઢત રા-મ નામ

ગ ગગ ગરેગ મે મે મેમે મેગમે મેધપ
શ્રી રામ રામ રામ શ્રી રામ રા-મ રા-મ

પ ધમે રેમે મેગ ગ રેગમેગ રેસારે મેગ
શ્રી રામ રામ રામ શ્રી રા---મ રા-મ રામ

મેમે ધધ નીધ નીની નીની ધ ધ રેંની ધપ
માત પિતા બંધૂ સખા સબ હી રા-મ નામ

મેમે મેગમે ધધમે મેગ ગગ રેસારે મેગ
ભક્ત જનન જીવન ધન એક રા-મ નામ

ગ ગગ ગરેગ મે મે મેમે મેગમે મેધપ
શ્રી રામ રામ રામ શ્રી રામ રા-મ રા-મ

પ ધમે રેમે મેગ ગ રેગમેગ રેસારે મેગ
શ્રી રામ રામ રામ શ્રી રા---મ રા-મ રામ

30. રે મન યે દો દિન કા મેલા રહેગા

ભજન

ગીતકાર: રાજેશ્વરાનંદ સ્વામી

તાલ: કહરવા

સંગીતકાર: રાજેશ્વરાનંદ સ્વામ

ગાયક: રાજેશ્વરાનંદ સ્વામી

કોર્ડ: રેમધ ગ઼પની઼ પની઼રેં સા=C#

https://youtu.be/DFlwwR_ZLZQ

રે મન યે દો દિન કા મેલા રહેગા, કાયમ યે જગ કા જહમેલા રહેગા

સાથી હૈ મિત્ર ગંગ કે જલ બિંદુ પાન તક

અર્ધાન્ગની બઢેગી કેવલ મકાન તક

પરિવાર કે સબ લોગ ચલેંગે ઈશ્મશાન તક

બેટા ભી ઇક નિભાયેગા તો અગ્નીદાન તક

ઇસસે તો આગે ભજન હી હૈ સાથી

હરિ કે ભજન બિન અકેલા રહેગા

રે મન યે દો દિન કા મેલા રહેગા

ધા	ગે	ન	તી	ન	કે	ધિ	ન	ધા	ગે	ન	તી	ન	કે	ધિ	ન
1	2	3	4	5	6	7	8	1	2	3	4	5	6	7	8

ધધ ધ ધની઼ ધધ ધ ધ ધધ પની઼ધ ધધ
સાથી હૈ મિત્ર ગંગ કે જલ બિંદુ પા-ન તક

નીનીનીની ધનીની નીધ પની઼ધ ધધ
અર્ધાગની બઢેગી કેવલ મકાન તક

રેરેરેરે રે રેં રેં રેરે રેં સરિંગરિં નીધ
પરિવાર કે સબ લોગ ચલેંગે ઈશ્મ શા--ન તક

ધધ ધ ધધ ધધધધ   ધ ધધ<u>ની</u> સાં-<u>ની</u>   ધધ
બેટા ભી હક નિભાએગા તો અગનિ દા-ન   તક

<u>ની</u>—ધપમ<u>ગ</u>રે
આ------------

રે<u>ગ</u>મ <u>ગ</u> પપ ધધધ ધ ધ પમ<u>ની</u>-
ઈસસે તો આગે ભજન હી હૈ સા-થી-

<u>ની</u>ની ધ પપ મ પધ ધધપ મ<u>ગ</u>મ <u>ગ</u>રે
હરિ કે ભજન બિન-- અકેલા રહેગા ---

રે	<u>ગ</u>	મ	-	<u>ગ</u>	પ	-	-	-	પ	-	પ	-
રે	-	મન	-	યે	દો	-	-	-	દિ	ન	કા	-
-	-	-	ધ	-	પ	-	ધ	મ	-	-	-	પ	ધ	<u>ની</u>	-
-	-	-	મે	-	લા	-	ર	હે	-	-	-	ગા	-	-	-
-	-	-	<u>ની</u>	-	ધ	-	પ	મ	-	મ	-	ધ	-	-	-
-	-	-	કા	-	યમ	-	યે	જ	-	ગ	-	કા	-	-	-
-	-	ધ	<u>ની</u>	-	ધ	-	પ	<u>ગ</u>	-	મ	-	<u>ગ</u>	-	રે	-
-	-	જહ	મે	-	લા	-	ર	હે	-	ગા	-	-	-	-	-
-	-											
-	-											

ઈન્ટરલુડ: <u>ની</u>—પધ—મપ—<u>ગ</u>મ-રે   <u>ની</u>—પધ—મપ—

| | | | ધ | - |
| | | | સા | - |

ધ	-	ધ	-	-	સાં	-	<u>ની</u>	ધ	-	-	ધ	પ	-	મ	મ
થી	-	હૈ	-	-	મિ	-	ત્ર	ગં	-	-	ગ	કે	-	જ	લ
ધ	-	ધ	-	-	સાં	-	<u>ની</u>	ધ	ધ	-	-	-	-	મ	મ
બિ	-	દુ	-	-	પા	-	ન	ત	ક	-	-	-	-	અ	ર
ધ	-	-	-	ધ	સાં	-	<u>ની</u>	ધ	-	ધ	-	-	-	મ	-
ધાં	-	-	-	ગ	ની	-	બ	છે	-	ગી	-	-	-	કે	-
ધ	ધ	-	-	ધ	સાં	-	<u>ની</u>	ધ	ધ	-	-	-	-	ધ	ની
વ	લ	-	-	મ	કા	-	ન	ત	ક	-	-	-	-	પ	રિ
સાં	-	-	સાં	સાં	-	સાં	ની	સાં	-	સાં	સાં	સાં	-	<u>ની</u>	ધ
વા	-	-	ર	કે	-	સ	બ	લો	-	ગ	ચ	લેં	-	ગે	-
-	-	ધ	-	<u>ની</u>	સાં	-	<u>ની</u>	ધ	ધ	-	-	-	-	રં	-
-	-	ઇ	શ	મ	શા	-	ન	ત	ક	-	-	-	-	બે	-
રં	-	રં	-	-	<u>ની</u>	<u>ની</u>	ધ	પ	-	-	મ	પ	ધ	ધ	-
ટા	-	ભી	-	-	હ	ક	નિ	ભા	-	-	યે	ગા	-	તો	-
-	-	પ	પ	પ	મ	-	<u>ગ</u>	રે	રે	-	-	-	-	-	-
-	-	અ	ગ	નિ	દા	-	ન	ત	ક	-	-	-	-	-	-
-	-	-	રે	<u>ગ</u>	મ	-	<u>ગ</u>	પ	-	-	-	પ	-	-	-
-	-	-	ઇ	સ	સે	-	તો	આ	-	-	-	ગે	-	-	-
-	-	ધ	ધ	ધ	પ	-	ધ	મ	-	-	-	પ	ધ	<u>ની</u>	-
-	-	ભ	જ	ન	હી	-	હૈ	સા	-	-	-	થી	-	-	-
-	-	-	<u>ની</u>	<u>ની</u>	ધ	-	પ	મ	-	-	-	ધ	-	-	-
-	-	-	હ	રિ	કે	-	ભ	જન	-	-	-	બિન	-	-	-

		ધ	<u>ની</u>	-	ધ	-	પ	<u>ગ</u>	-	મ	-	<u>ગ</u>	-	રે	-
-	-	અ	કે	-	લા	-	ર	હે	-	ગા	-	-	-	-	-

31. શ્યામ મનોહર કો મન સે લગાયા નહીં

કૃષ્ણ ભજન
ગીતકાર: ગોસ્વામી બિંદુ જી
તાલ: દાદરા
https://youtu.be/CggMGLadt6c

સંગીતકાર: વિનોદ કુમાર ભામા
ગાયક: અભિષેક ભામા
કોર્ડ: સામ <u>ગ</u>પ<u>ની</u>   સા=C#

શ્યામ મનોહર સે મન કો લગાયા નહીં
તો મઝા તૂને નર તન કા પાયા નહીં

સુયશ ઉનકા શ્રવણ મેં સમાયા નહીં
કીર્તિ ગુણગાન ઉનકા જો ગાયા નહીં
ધ્યાન મેં ઇનકે યદિ તુ લુભાયા નહીં
ઉનકે ચરણો કી સેવા મેં આયા નહીં
તો મઝા તૂને નર તન કા પાયા નહીં

ઉનકે અર્ચન કા અનુરાગ છાયા નહીં
દ્વાર પર ઉનકે સર કો જ઼ુકાયા નહીં
દાસ યા મિત્ર ઉનકા કહાયા નહીં
ઉનપે સર્વસ્વ અપના લુટાયા નહીં
તો મઝા તૂને નર તન કા પાયા નહીં

પ્રેમ મેં ઉનકે જીવન બિતાયા નહીં
વેદનામય હ્રદય કો બનાયા નહીં
અશ્રુ કા 'બિંદુ' દૃગ સે ગિરાયા નહીં
ઉનકી વીરહાગ્ની મેં તન જલાયા નહીં
તો મઝા તૂને નર તન કા પાયા નહીં

શ્યામ મનોહર કો મન સે લગાયા નહીં

ધા	ધી	ના	ધા	તૂં	ના	ધા	ધી	ના	ધા	તૂં	ના
1	2	3	4	5	6	1	2	3	4	5	6
									મ	-	સા
									શ્યા	-મ	મ
સા	મ	મ	-	મ	-	મ	પ	મ	ગ	-	ગ
નો	-	હ	ર	સે	-	મ	ન	કો	-	-	લ
ગ	મ	પ	-	-	મ	પ	-	-	સાં	-	સાં
ગા	-	યા	-	-	ન	હીં	-	-	તો	-	મ
સાં	ની	ની	પ	પ	-	મ	ગ	મ	પ	પ	-
જ	-	તૂ	-	ને	-	ન	ર	ત	ન	કા	-
મ	-	મ	-	-	મ	મ	-	-			
પા	-	યા	-	-	ન	હીં	-	-			

ઇન્ટરલુડ: સાંસાં <u>ની</u>સાં<u>ની</u>પ-પ- મ- <u>ગ</u>મપ- મ-મ-મ-મ- -2

ધા	ધી	ના	ધા	તૂં	ના	ધા	ધી	ના	ધા	તૂં	ના
1	2	3	4	5	6	1	2	3	4	5	6
											ની
											સુ
ની	ની	ની	-	ની	-	ધ	ધ	-	પ	-	મ
ય	શ	ઉ	ન	કા	-	શ્ર	વ	ણ	મેં	-	સ
ગ	મ	પ	-	-	મ	મ	-	-	ની	-	ની
મા	-	યા	-	-	ન	હીં	-	-	કી	-	તિ
ની	-	ની	ભ	-	ની	ધ	-	પ	-	-	મ
ગુ	ણ	ગા	-	-	ન	ઉ	ન	કા	-	-	જો

ગ	મ	પ	-	-	મ	મ	-	-	ની	-	ની
ગા	-	યા	-	-	ન	હીં	-	-	ધ્યા	-	ન
ની	-	ની	-	ની	-	ધ	ધ	પ	-	-	મ
મેં	-	ઇ	ન	કે	-	ય	દિ	તૂ	-	-	લુ
ગ	મ	પ	-	-	મ	મ	-	-	સાં	-	સાં
ભા	-	યા	-	-	ન	હીં	-	-	ઉ	ન	કે
સાં	-	સાં	-	-	સાં	ની	સાં	ની	પ	-	પ
ચ	૨	ણો	-	-	કી	સે	-	વા	-	-	મેં
પ	ની	સાં	-	-	ની	સાં	-	-	સાં	-	સાં
આ	-	યા	-	-	ન	હીં	-	-	તો	-	મ
સાં	ની	ની	પ	પ	-	મ	ગ	મ	પ	પ	-
જ	-	તૂ	-	ને	-	ન	૨	ત	ન	કા	-
મ	-	મ	-	-	મ	મ	-	-	મ	-	સા
પા	-	યા	-	-	ન	હીં	-	-	શ્યા	-મ	મ
સા	મ	મ	-	મ	-	મ	પ	મ	ગ	-	ગ
નૌ	-	હ	૨	સે	-	મ	ન	કો	-	-	લ
ગ	મ	પ	-	-	મ	પ	-	-	સાં	-	સાં
ગા	-	યા	-	-	ન	હીં	-	-	તો	-	મ
સાં	ની	ની	પ	પ	-	મ	ગ	મ	પ	પ	-
જ	-	તૂ	-	ને	-	ન	૨	ત	ન	કા	-
મ	-	મ	-	-	મ	મ	-	-			
પા	-	યા	-	-	ન	હીં	-	-			

ઇન્ટરલુડ: સાંસાં નીસાંનીપ-પ- મ- ગમપ- મ-મ-મ-મ- -2

									ની	-	ની
									ઉ	ન	કે
ની	-	ની	-	ની	-	ધ	ધ	પ	-	-	મ
અ	ર	ચ	ન	કા	-	અ	નુ	રા	-	-	ગ
ગ	મ	પ	-	-	મ	મ	-	-	ની	-	ની
છા	-	યા	-	-	ન	હીં	-	-	દ્રવા	-	ર
ની	-	ની	-	ની	-	ધ	-	પ	-	-	મ
પ	ર	ઉ	ન	કે	-	સ	ર	કો	-	-	જહુ
ગ	મ	પ	-	-	મ	મ	-	-	ની	-	ની
કા	-	યા	-	-	ન	હીં	-	-	દા	-	સ
ની	-	ની	-	-	ની	ધ	-	પ	-	-	મ
યા	-	મિ	-	-	ત્ર	ઉ	ન	કા	-	-	ક
ગ	મ	પ	-	-	મ	મ	-	-	સાં	-	સાં
હા	-	યા	-	-	ન	હીં	-	-	ઉ	ન	પે
સાં	-	સાં	-	-	સાં	ની	સાં	ની	પ	-	પ
સ	ર	વ	-	-	સ્વ	અ	પ	ના	-	-	લુ
પ	ની	સાં	-	-	ની	સાં	-	-	સાં	-	સાં
ટા	-	યા	-	-	ન	હીં	-	-	તો	-	મ
સાં	ની	ની	પ	પ	-	મ	ગ	મ	પ	પ	-
જ	-	તૂ	-	ને	-	ન	ર	ત	ન	કા	-
મ	-	મ	-	-	મ	મ	-	-	મ	-	સા
પા	-	યા	-	-	ન	હીં	-	-	શ્યા	-મ	મ

વિનોદ કુમાર

સા	મ	મ	-	મ	-	મ	પ	મ	ગ	-	
નૌ	-	હ	ર	સે	-	મ	ન	કો	-	-	

ઇન્ટરલુડ: સાંસાં નીસાંનીપ-પ- મ- ગમપ- મ-મ-મ-મ- -2

									ની	-	ની
									પ્રે	-	મ
ની	-	ની	-	ની	-	ધ	-	પ	-	-	મ
મેં	-	ઉ	ન	કે	-	જી	-	વ	ન	-	બિ
ગ	મ	પ	-	-	મ	મ	-	-	ની	-	ની
તા	-	યા	-	-	ન	હીં	-	-	વે	-	દ
ની	-	ની	-	-	ની	ધ	-	પ	-	-	મ
ના	-	મ	ય	-	હ	દ	ય	કો	-	-	બ
ગ	મ	પ	-	-	મ	મ	-	-	ની	-	ની
ના	-	યા	-	-	ન	હીં	-	-	અ	-	શ્રુ
ની	-	ની	-	-	ની	ધ	ધ	પ	-	-	મ
કા	-	બિ	-	-	દુ	દ્	ગ	સે	-	-	ગિ
ગ	મ	પ	-	-	મ	મ	-	-	સાં	-	સાં
ર	-	યા	-	-	ન	હીં	-	-	ઉ	ન	કી
સાં	-	સાં	-	-	સાં	ની	સાં	ની	પ	-	પ
વિ	ર	હા	-	-	ગની	મેં	-	ત	ન	-	જ
પ	ની	સાં	-	-	ની	સાં	-	-	સાં	-	સાં
લા	-	યા	-	-	ન	હીં	-	-	તો	-	મ
સાં	ની	ની	પ	પ	-	મ	ગ	મ	પ	પ	-
જો	-	તૂ	-	ને	-	ન	ર	ત	ન	કા	-

મ	–	મ	–	–	મ	મ	–	–	મ	–	સા
પા	–	યા	–	–	ન	હીં	–	–	શ્યા	-મ	મ
સા	મ	મ	–	મ	–	મ	પ	મ	ગ	–	
નૌ	–	હ	૨	સે	–	મ	ન	કો	-	–	

32. તેરી મુરલી દી મિઠી તાન તે

કૃષ્ણ ભજન

કોર્ડ: મધ્ધસાં ગ઼પની   સા=C#

તાલ: કહરવા

https://youtu.be/ECFit5FEZ8w

તેરી મુરલી દી -૨ મિઠી મિઠી તાન તે તાન તે

મૈ તા હો હો ગયી કુરબાન વે, મૈ તા હો ગયી હો ગયી કુરબાન વે

મુરલી વજા કે હાય દિલ સાડા લઈ ગયા

અંખ ડે ઈશારે નાલ સબ કુજ કહ ગયા

હુણ્ણ જિનીઆં મૈ લઈ લઈ તેરા નામ વે, નામ વે

મૈ તા હો હો ગયી કુરબાન વે

છડ઼ડી નાં ઉમર ભર કદી મેરા સાથ વે

આવે ના વિછોડે વાલી કદી શ્યામા રાત વે

તેરે કદમાં ચ મેરી જિંદ જાન વે, મૈ તા હો હો ગયી કુરબાન વે

કર ગયે ધાયલ નૈના વાલે તીર વે

પ્યાર તેરા પાકે મેરી ખુલી તકદીર વે

હોવે કદમાં ચ જિંદગી દી શામ વે, મૈ તા હો હો ગયી કુરબાન વે

વિનોદ કુમાર

તેરી મુરલી દી મિઠી તાન તે

ધાગે	નતિ	નકે	ધિન	ધાગે	નતિ	નકે	ધિન	ધાગે	નતિ	નકે	ધિન	ધાગે	નતિ	નકે	ધિન
12	34	56	78	12	34	56	78	12	34	56	78	12	34	56	78

પ્રીલુડ: ધધ પમ ધધ પમ ધધ પમ પ--,   ધધ પમ ધધ પમ ધધ પમ મ---

ધાગે	નતિ	નકે	ધિન	ધાગે	નતિ	નકે	ધિન	ધાગે	નતિ	નકે	ધિન	ધાગે	નતિ	નકે	ધિન
		મ	મ	મ	-સાં	-	સાં	-	-	મ	મ				
		તે	રી	મુર	-લી	-	દી	-	-	તે	રી				
મ	-સાં	-	સાં	સાં	સાં	ની	ધ	ની	-	-	ધ	પ	મ	-	-
મુર	-લી	-	દી	મિ	ઠી	મિ	ઠી	તા	-	-	ન	તે	-	-	-
ની	-	-	ધ	પ	મ	ગ	ગ	મ	-	પ	-	ધ	-	પ	મ
તા	-	-	ન	તે	-	મૈં	તાં	હો	-	હો	-	ગ	ઈ	કુ	ર
પ	મ	-	મ	મ	પ	ગ	ગ	મ	મ	પ	પ	ધ	ધ	પ	મ
બા	-	-	ન	વે	-	મૈં	તાં	હો	ગઈ	હો	ગઈ	હો	ગઈ	કુ	ર
પ	મ	-	મ	મ	-										
બા	-	-	ન	વે	-										

ઇન્ટરલુડ: ધધ પમ ધધ પમ ધધ પમ પ---
ધધ પમ ધધ પમ ધધ પમ મ- ધ- સાં-

ધાગે	નતિ	નકે	ધિન	ધાગે	નતિ	નકે	ધિન	ધાગે	નતિ	નકે	ધિન	ધાગે	નતિ	નકે	ધિન
સાંમં	મં	મં		ગં	ગં	રેં	ની	રેં	રેં	મં	મં	રેં	-સાં	સાં	-
મુર	લી	વ		જ	કે	હા	ય	દિ	લ	સા	ડા	લૈ	-ગ	યા	-
-	ધધ	ધ	ધ	ની	ની	પ	મ	-	ગમ	-પ	-પ	મ	-મ	મ	-
-	અંખ	દે	ઇ	શા	રે	ના	લ	-	સબ	-કુ	-જ	કહ	-ગ	યા	-
-	-	મ	મ	-	મસાં	સાં	સાં	સાં	સાં	ની	ધ	ની	-	-	ધ
-	-	હુ	ણ	-	જિનિ	યાં	મૈં	લૈ	લૈ	તે	રા	ના	-	-	મ

પ	મ	-	-	ની	-	-	ધ	પ	મ	ગ	ગ	મ	-	પ	-
વે	-	-	-	ના	-	-	મ	વે	-	મૈં	તાં	હો	-	હો	-
ધ	-	પ	મ	પ	મ	-	મ	મ	પ	ગ	ગ	મ	મ	પ	પ
ગ	ઈ	કુ	ર	બા	-	-	ન	વે	-	મૈં	તાં	હો	ગઈ	હો	ગઈ
ધ	ધ	પ	મ	પ	મ	-	મ	મ	-						
હો	ગઈ	કુ	ર	બા	-	-	ન	વે	-						
	સાં	મંમં	મં	ગં	ગં	રેં	ની	-	રેંરેં	મં	મં	રેં	-સાં	સાં	-
	છ	ડડી,ના	ઉ	મ	ર	ભ	ર	-	કદી	-મે	-રા	સા	-થ	વે	-
-	ધ	ધધ	ધ	ની	ની	પ	મ	-	ગમ	-પ	-પ	મ	-મ	મ	-
-	આ	વે,ના	-વિ	છો	ડે	વા	લી	-	કદી	-શ્યા	-મા	રા	-ત	વે	-
-	-	મ	મ	-	મસાં	સાં	સાં	સાં	સાં	ની	ધ	ની	-	-	ધ
-	-	તે	રે	-	કદ	માં	ચ	મે	રી	જિ	દ	જ	-	-	ન
પ	મ	-	-	ની	-	-	ધ	પ	મ	ગ	ગ	મ	-	પ	-
વે	-	-	-	જ	-	-	ન	વે	-	મૈં	તાં	હો	-	હો	-
ધ	-	પ	મ	પ	મ	-	મ	મ	પ	ગ	ગ	મ	મ	પ	પ
ગ	ઈ	કુ	ર	બા	-	-	ન	વે	-	મૈં	તાં	હો	ગઈ	હો	ગઈ
ધ	ધ	પ	મ	પ	મ	-	મ	મ	-						
હો	ગઈ	કુ	ર	બા	-	-	ન	વે	-						
	સાંમં	મં	મં	ગં	-	રેં	ની	-	રેં	રેંમં	મં	રેં	-સાં	સાં	-
	કર	ગ	યે	ધા	-	ય	લ	-	નૈ	નાં,વા	-લે	તી	-ર	વે	-

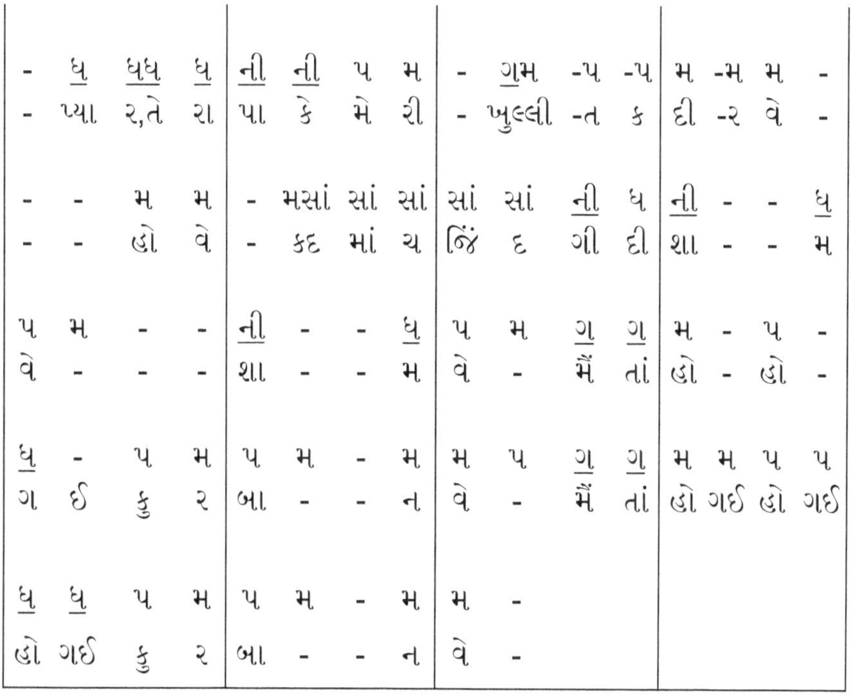

-	ધ	ધધ	ધ	ની	ની	પ	મ	-	ગમ	-પ	-પ	મ	-મ	મ	-
-	પ્યા	ર,તે	રા	પા	કે	મે	રી	-	ખુલ્લી	-ત	ક	દી	-ર	વે	-
-	-	મ	મ	-	મસાં	સાં	સાં	સાં	સાં	ની	ધ	ની	-	-	ધ
-	-	હો	વે	-	કદ	માં	ચ	જિં	દ	ગી	દી	શા	-	-	મ
પ	મ	-	-	ની	-	-	ધ	પ	મ	ગ	ગ	મ	-	પ	-
વે	-	-	-	શા	-	-	મ	વે	-	મૈં	તાં	હો	-	હો	-
ધ	-	પ	મ	પ	મ	-	મ	મ	પ	ગ	ગ	મ	મ	પ	પ
ગ	ઇ	કુ	ર	બા	-	-	ન	વે	-	મૈં	તાં	હો	ગઈ	હો	ગઈ
ધ	ધ	પ	મ	પ	મ	-	મ	મ	-						
હો	ગઈ	કુ	ર	બા	-	-	ન	વે	-						

33. ઉજ્જૈન કે રાજા બાબા

શિવ ભજન   તાલ: કહરવા   કોર્ડ: મધસાં   સા=C

https://youtu.be/A5MuLGdg73M

અકાલ મ્રિત્યું વો મરે જો કામ કરે ચાંડાલ કા
ઔર કાલ ઉસકા કયા બિગાડે જો ભગત હો મહાકાલ કા
ઉજ્જૈન કે રાજા કભી કિરપા નજરિયા દુખિયા પે ડાલના રે-૨
રાજા મહારાજા કભી કિરપા નજરિયા દુખિયા પે ડાલના રે

પાર્વતી પતિ શિવ જી હૈ પ્યારે
કૈલાશ પર મેરે ભોલે વિરાજે, મેરે ભોલે વિરાજે
મન કામેશ્વર બાબા મન કી મુરાદે-૨ જહોલી મેં ડાળના રે
ઉજ્જૈન કે રાજા કભી કિરપા નજરિયા દુખિયા પે ડાલના રે-૨

નૈનો મેં જ્વાલા આંખો મેં જ્વાલા
જટા મેં ગંગા પહને મ્રિગછાલા ભોલે પહને મ્રિગછાલા
ખુલતી હૈ જબ ઉનકી તીસરી વો અંખિયાં-૨ તાંડવ કર ડાળના રે
ઉજ્જૈન કે રાજા કભી કિરપા નજરિયા દુખિયા પે ડાલના રે-૨

પીતે હૈ પ્યાલે ભર ભર કે ભન્ગીયા
લગાયે દમ ભોલે દિન ઔર રતિયા ભોલે દિન ઔર રતિયા
બાબા તેરા ભગત હું મૈ બહુત દીવાના
કિશન ભગત હૈ બાબા તેરા દીવાના
ઉજ્જૈન કે રાજા કભી કિરપા નજરિયા દુખિયા પે ડાલના રે-૨
રાજા મહારાજા કભી કિરપા નજરિયા દુખિયા પે ડાલના રે

વિનોદ કુમાર

ઉજ્જૈન કે રાજા બાબા

ધા	ગે	ન	તિ	ન	કે	ધિ	ન	ધા	ગે	ન	તિ	ન	કે	ધિ	ન
1	2	3	4	5	6	7	8	1	2	3	4	5	6	7	8

સાંસારેં મંમં પં મંમં રેં રેંરેં સરિં નીરેંસાં સાં
અકાલ મ્રિત્યુ વો મરે, જો કામ કરે ચાંડાલ કા

સાં સાંની ધપપમ રેં રેંરેં રેં રેંરેં સાંની રેંરેંસાં સાં
ઔર કાલ ઉસકા- ક્યા બિગાડ઼ે, જો ભગત હો- મહાકાલ કા

મ્યુસિક:

સાં મં ગં રેં સાં ની, ની સાં પ મ – 3
મ સાં સાં ની ની ધ પ મ ની પ
મ ગં ગં રેં રેં સાં સાં ની રેં સાં

સાંસાં સાં સાંસાં રેંસાં ની સાં નીધપધમ ની ની ની સાંગરેં સાં
ઉજ્જૈન કે રાજા કભી કિરપા નજરિયા-, દુખિયા પે ડાલના રે -2

ગં રેંગં રેંસાં
ઓ ભોલે બાબા

ગરેંસાંનીસરેંમં
ઓ----------

મં મં મં મંમં મંમં મંગંપં મરેંગંગંસાં ગં ગં ગં ગં-નીરેં ગરેંસાં
ઉજ્જૈન કે રાજા કભી કિરપા નજરિયા, દુખિયા પે ડાલના રે---- -2

સાંસાં સાં સાંસાં રેંસાં ની સાં નીધપધમ ની ની ની સાં-ગરેં સાં
રાજા મહારાજા કભી કિરપા નજરિયા-, દુખિયા પે ડાલના રે

ગં રેંગં રેંસાં
ઓ ભોલે બાબા

મ્યુસિક:
મ સાંસાં સરિંગં રેંસાં ની-ગં રેંસાં- નીપમ -3
સરિંમં મંમં મંમં પંમંગરિં સાંની ગરિંસાં નીપમ
મ સાંસાં સરિંગં રેંસાં ની-ગં રેંસાં- રેંગંમં-

મંમંમંમં મંમં મંગંપં મં રેં-ગંસાં

પારબતી પતિ શિવજી હૈ પ્યા-રે,

ગંગંગં રેં સાંની સરિં રેંસાંસાં નીની સરિં રેંસાંસાં

કૈલાશ પર મેરે ભોલે વિરાજે, મેરે ભોલે વિરાજે,

સાંસાંસાંસાંસાં રેંસાં ની સાં નીધપધમ
મનકામેશ્વર બાબા મન કી મુરા-દે---

સાંસાંસાંસાંસાં રેંસાં ની સાં નીધપધમ ની ની ની સાંગરિં સાં
મહાકાલેશ્વર બાબા મન કી મુરા-દે--, જહોલી મે ડાલના રે

ગં રેંગં રેંસાં
ઓ ભોલે બાબા

સાંસાં સાં સાંસાં રેંસાં ની સાં નીધપધમ ની ની ની સાંગરિં સાં
ઉજ્જૈન કે રાજા કભી કિરપા નજરિયા, દુખિયા પે ડાલના રે

મંમં   મં મંમં   મંગંપં   મં રેં--ગંસાં
નૈનો   મેં જવાલા આંખો મેં જવાલા-,

ગંગં ગં રેંસાંની સરિં   રેં સાંસાં નીની સરિં રેં સાંસાં
જટા મેં ગંગા-   પહને મ્રિગછાલા, ભોલે પહને મ્રિગછાલા,

સાંસાં સાં સાંસાં રેંસાં નીનીસાં ની ધપધમ   ની ની ની સાં ગરિં સાં
ખુલતી હૈ જબ ઉનકી તીસરી વો અંખિયાં- -2, તાંડવ કર ડાલના રે

સાંસાં   સાં સાંસાં રેંસાં ની સાં નીધપધમ ની ની ની સાં ગરિં સાં
ઉજ્જૈન કે રાજા કભી કિરપા નજરિયા-, દુખિયા પે ડાલના રે -2

ગંમં મં મંમં મંગં પં મં રેંગંગંસાં
પીતે હૈ પ્યાલે ભર-ભર કે ભંગિયા-,

ગંગંગં રેં સાંની સાં રેંસાં સાંસાં નીની સાં રેંસાં સાંસાંસાં
લગાએ દમ ભોલે દિન ઔર રતિયાં, ભોલે દિન ઔર રતિયાં

સાંસાં સાં સાંસાં રેં સાં નીનીસાં નીધપધમ
બાબા તેરા ભગત હૂં મૈં બહુત   દીવા-ના-

સાંસાં સાંસાં સાં રેંસાં ની સાં નીધપધમ
કિશન ભગત હૈ બાબા તેરા દીવા-ના-

ની ની ની સાંગરિં સાં
કિરપા કર ડાલના રે

સાંસાં સાં સાંસાં રેંસાં <u>ની</u> સાં <u>ની</u>ધપધમ <u>ની</u> <u>ની</u> <u>ની</u> સાંગ<u>રિં</u> સાં
ઉજ્જૈન કે રાજા કભી કિરપા નજરિયા-, દુખિયા પે ડાલના રે

સાંસાં સાં સાંસાં રેંસાં <u>ની</u> સાં <u>ની</u>ધપધમ <u>ની</u> <u>ની</u> <u>ની</u> સાંગ<u>રિં</u> સાં
ઉજ્જૈન કે રાજા કભી કિરપા નજરિયા-, દુખિયા પે ડાલના રે -2

સાંસાં સાં સાંસાં રેંસાં <u>ની</u> સાં <u>ની</u>ધપધમ <u>ની</u> <u>ની</u> <u>ની</u> સાંગ<u>રિં</u> સાં
રાજા   મહારાજા કભી કિરપા નજરિયા, દુખિયા પે ડાલના રે

સ<u>રિં</u> સાં સાંસાં <u>ની</u>ની સ<u>રિં</u> સાં સાંસાંસાં
પીતે હૈં ભંગિયા ભોલે પીતે હૈં ભંગિયા

સાંસાં   સ<u>રિં</u> સાં સાંસાં સાં <u>ની</u> <u>ની</u>સાં સ<u>રિં</u>   સાં
અકાલ મ્રિત્યુ વો મરે જો કામ કરે ચંડાલ કા

મંમં   મંમં મં મંમં મં રેં   <u>રેં</u>ગં <u>ગં</u>મં મં
અકાલ મ્રિત્યુ વો મરે જો કામ કરે   ચંડાલ કા

મં   મંમં મંમં <u>ગં</u> ગંગંગં સાં <u>ની</u>ની સાં સાં-<u>રેં</u>સાં સાં
ઔર કાલ મેરા ક્યા બિગાડે મૈં ભક્ત હૂં મહાકાલ કા

સાંસાંસાં સાંસાં <u>રેં</u>સાં સાં સાં સાં સાં <u>ની</u>ની <u>રેં</u>સાં સાં
ઈરાદે   રોજ બનતે હૈં ઔર બન કર ટૂટ જાતે હૈં

મંમંમં મંમં મંમં મં મં મં   મં <u>રેં</u> ગંગં મં
ઈરાદે રોજ બનતે હૈં ઔર બન કર ટૂટ જાતે હૈં

मंमं मंमं   गंगं गं सांनी नीसां सरिंसां सां
वही उज्जैन जते हैं जिन्हे बाबा बुलाते हैं

सांनी नीसां सरिंसां सां
मेरे बाबा बुलाते हैं

सरिं सांसां सां सां सांसां सां नी नीसां रें सां
करता करे न कर सके जो शिव करे सो होय

गंमं मंमं मं मं मंमं मं रें रेंगं गं मं
करता करे न कर सके जो शिव करे सो होय

मं मं मं मं गं गं गंगं नीनी रेंरें रें सां
और तीन लोक में शिव के जैसा दूजा कोई न होय

नीनी रेंरें रें सां नीनी नीनी रेंरें रें सां
दूजा कोई न होय भोले दूजा कोई न होय

सांसां सां सांसां रेंसां नी सां नीधपधम नी नी नी सांगरिं सां
उज्जैन के राजा कभी किरपा नजरिया- दुखिया पे डालना रे -2

34.   યે જગત બડા દુઃખદાયી

ભજન

ગાયક: રાજેશ્વરાનંદ સ્વામ મહારાજ

ગીતકાર: રાજેશ્વરાનંદ સ્વામી   કોર્ડ: સા<u>ગપ</u> <u>ગ</u>પ<u>ની</u>   સા=C#

તાલ: કહરવા

https://youtu.be/foimuUZUGUc

પરછાઈ ભી હોતી પરાઈ સુખ કી આસ તજો મેરે ભાઈ

યે જગત બડા દુઃખદાયી, સુખ કી આસ તજો મેરે ભાઈ

ઉસને હિ દુઃખ પાયા સુખ કી, આશા રક્ખી જિસને

ઇસ દુનિયા સે મોહ બઢાકર બોલો પ્યારે કિસને

કબ ચૈન કી બંસી બજાયી, સુખ કી આસ તજો મેરે ભાઈ

જિસકો તુમને અપના સમ્જ્હા નિકલા વહી પરાયા

તેરે હુએ ન કોઈ લેકિન તુજ્હ્કો હોશ ન આયા

કઈ હુએ ન કોઈ લેકિન તુજ્હ્કો હોશ ન આયા

કઈ બાર હૈ ઠોકર ખાઈ, સુખ કી આસ તજો મેરે ભાઈ

દુનિયા દિખતી નયી હૈ લેકિન ખેલ પુરાને ચલતે

દોહરાતા ઇતિહાસ સ્વયં કો કેવલ પાત્ર બદલતે

બસ રીતિ યહી ચલી આઈ, સુખ કી આસ તજો મેરે ભાઈ

હોતા કભી મહાભારત કભી બનતી હૈ રામાયણ

કભી કંસ કભી રાવણ કે હિત આતે હીન નારાયણ

કભી કંસ કભી રાવણ કે હિત આતે હૈ નારાયણ

કભી કૃષ્ણ કભી રઘુરાઈ, સુખ કી આસ તજો મેરે ભાઈ

જગ સે સુખ કી આશા તજકર રામ ભરોસે રહ લે
મન કો મનમોહન કા બનાકર 'રાજેશ' મુખ સે કહ લે
શ્રી રામ શરણ સુખદાયી, સુખ કી આસ તજો મેરે ભાઈ
યે જગત બડા દુઃખદાયી, સુખ કી આસ તજો મેરે ભાઈ

યે જગત બડા દુઃખદાયી

ધા	ગે	ન	તી	ન	કે	ધિ	ન	ધા	ગે	ન	તી	ન	કે	ધિ	ન
1	2	3	4	5	6	7	8	1	2	3	4	5	6	7	8
-	-	-	-	-	-	-	-	-	-	-	-	-	-	સાં	સાં
-	-	-	-	-	-	-	-	-	-	-	-	-	-	પ	૨
-	-	ની	-	-	સાં	-	સાં	સાં	-	-	-	-	ધ	-	પ
-	-	છા	-	-	યી	-	ભી	હો	-	-	-	-	તી	-	પ
ધ	-	-	-	મ	-	ગ	-	-	-	પ	ધ	-	પ	મ	-
રા	-	-	-	યી	-	-	-	-	-	સુ	ખ	-	કી	-	-
ગ	-	ગ	-	-	મ	-	પ	મ	-	-	-	-	ગ	-	રેં
-	-	આ	-	-	સ	-	ત	જો	-	-	-	-	મે	-	૨
સા	-	-	-	સા	-	-	-	-	-	-	-	સાં	-	-	-
ભા	-	-	-	ઈ	-	-	-	-	-	-	-	યે	-	-	-
-	-	ની	ની	-	સાં	-	રેં	સાં	-	-	-	-	ધ	-	પ
-	-	જ	ગ	-	ત	-	બ	ડા	-	-	-	-	દુ	-	ખ
ધ	-	-	-	મ	-	ગ	-	-	-	પ	ધ	-	પ	મ	-
દા	-	-	-	યી	-	-	-	-	-	સુ	ખ	-	કી	-	-

ગ	-	ગ	-	-	મ	-	પ	મ	-	-	-	-	ગ	-	ર
-	-	આ	-	-	સ	-	ત	જો	-	-	-	-	મે	-	ર
સા	-	-	-	સા	-	-	-	-	-						
ભા	-	-	-	ઇ	-	-	-	-	-						
પ	પ	પ	-	મ	-	ગ	મ	મ	પ	પ	-	પ	પ	પ	-
ઉ	સ	ને	-	હી	-	દુ	ખ	પા	-	યા	-	સુ	ખ	કી	-
ની	-	ની	-	ની	-	ધ	-	પ	પ	પ	-	-	-	-	-
આ	-	શા	-	ર	ક	ખી	-	જિ	સ	ને	-	-	-	-	-
પ	પ	પ	પ	મ	-	ગ	મ	પ	-	પ	પ	પ	-	પ	પ
ઇ	સ	દુ	નિ	યા	-	સે	-	મો	-	હ	બ	ઢાં	-	ક	ર
ની	-	ની	-	ની	-	ધ	-	પ	પ	પ	-	-	-	સાં	સાં
બો	-	લો	-	પ્યા	-	રે	-	કિ	સ	ને	-	-	-	ક	બ
ની	-	-	-	-	સાં	-	રેં	સાં	-	-	-	-	ધ	-	પ
ચૈ	-	-	-	-	ન	-	કી	બં	-	-	-	-	સી	-	બ
ધ	-	-	-	મ	-	ગ	-	-	-	પ	ધ	-	પ	મ	-
જ	-	-	-	યી	-	-	-	-	-	સુ	ખ	-	કી	-	-
ગ	-	ગ	-	-	મ	-	પ	મ	-	-	-	-	ગ	-	ર
-	-	આ	-	-	સ	-	ત	જો	-	-	-	-	મે	-	ર
સા	-	-	-	સા	-	-	-	-	-						
ભા	-	-	-	ઇ	-	-	-	-	-						

પ	પ	પ	-	મ	-	ગ	મ	મ	પ	પ	-	પ	પ	પ	-
જિ	સ	કો	-	તુ	મ	ને	-	અ	પ	ના	-	સ	મ	જહા	-
ધ	ની	ની	-	ધ	ની	-	ધ	પ	-	પ	-	-	-	-	-
નિ	ક	લા	-	વ	હી	-	પ	રા	-	યા	-	-	-	-	-
પ	-	પ	-	મ	ગ	-	મ	મ	-	પ	-	પ	-	પ	-
તે	-	રે	-	હુ	એ	-	ન	કો	-	ઇ	-	લે	-	કિ	ન
ની	ની	ની	-	ની	-	ધ	ધ	પ	-	પ	-	-	-	સાં	સાં
તુ	જહ	કો	-	હો	-	શ	ન	આ	-	યા	-	-	-	ક	ઇ
ની	-	-	-	-	સાં	-	રેં	સાં	-	-	-	-	ધ	-	પ
બા	-	-	-	-	ર	-	હૈ	ઠો	-	-	-	-	ક	-	ર
ધ	-	-	-	મ	-	ગ	-	-	-	પ	ધ	-	પ	મ	-
ખા	-	-	-	ઇ	-	-	-	-	-	સુ	ખ	-	કી	-	-
ગ	-	ગ	-	-	મ	-	પ	મ	-	-	-	-	ગ	-	રેં
-	-	આ	-	-	સ	-	ત	જો	-	-	-	-	મે	-	રે
સા	-	-	-	સા	-	-	-	-	-	-	-				
ભા	-	-	-	ઇ	-	-	-	-	-	-	-				
પ	પ	પ	-	મ	મ	ગ	મ	મ	પ	-	પ	પ	-	પ	પ
દુ	નિ	યા	-	દિ	ખ	તી	-	ન	યી	-	હૈ	લે	-	કિ	ન
ની	-	ની	ની	ની	-	ધ	-	પ	પ	પ	-	-	-	-	-
ખે	-	લ	પુ	રા	-	ને	-	ચ	લ	તે	-	-	-	-	-

પ	પ	પ	-	મ	-	ગ઼	મ	પ	-	પ	પ	પ	-	પ	-
દો	હ	રા	-	તા	-	ઇ	તિ	હા	-	સ	સ્વ	યં	-	કો	-
ની઼	-	ની઼	-	ની઼	-	ધ઼	ધ઼	પ	પ	પ	-	સાં	-	સાં	-
કે	-	વ	લ	પા	-	ત્ર	બ	દ	લ	તે	-	બ	-	સ	-
ની	-	-	-	-	સાં	-	રેં	સાં	-	-	-	-	ધ઼	પ	-
રી	-	-	-	-	તિ	-	ય	હી	-	-	-	-	ચ	લી	-
ધ઼	-	-	-	મ	-	ગ઼	-	-	-	પ	ધ઼	-	પ	મ	-
આ	-	-	-	યી	-	-	-	-	-	સુ	ખ	-	કી	-	-
ગ઼	-	ગ઼	-	-	મ	-	પ	મ	-	-	-	-	ગ઼	-	રેરે
-	-	આ	-	-	સ	-	ત	જો	-	-	-	-	મે	-	
સા	-	-	-	સા	-	-	-	-	-	-	-				
ભા	-	-	-	ઇ	-	-	-	-	-	-	-				
પ	-	પ	-	મ	મ	ગ઼	મ	પ	-	પ	-	પ	પ	પ	પ
હો	-	તા	-	ક	ભી	-	મ	હા	-	ભા	-	ર	ત	ક	ભી
ની઼	-	ની઼	-	ની઼	-	ધ઼	-	પ	-	પ	-	-	-	-	-
બ	ન	તી	-	હે	-	રા	-	મા	-	ય	ણ	-	-	-	-
પ	પ	-	પ	-	મ	ગ઼	મ	પ	-	પ	પ	પ	-	પ	પ
ક	ભી	-	કં	-	સ	ક	ભી	રા	-	વ	ણ	કે	-	હિ	ત
ની઼	-	ની઼	-	ની઼	-	ધ઼	-	પ	-	પ	પ	-	-	સાં	સાં
આ	-	તે	-	હૈં	-	ના	-	રા	-	ય	ણ	-	-	ક	ભી

ની	-	-	-	-	સાં	-	રેં	સાં	-	-	-	-	ધ	-	પ
ક્	-	-	-	-	ણ	-	ક	ભી	-	-	-	-	ર	-	ધુ
ધ	-	-	-	મ	-	ગ	-	-	-	પ	ધ	-	પ	મ	-
રા	-	-	-	યી	-	-	-	-	-	સુ	ખ	-	કી	-	-
ગ	-	ગ	-	-	મ	-	પ	મ	-	-	-	-	ગ	-	રે
-	-	આ	-	-	સ	-	ત	જો	-	-	-	-	મે	-	રે
સા	-	-	-	સા	-	-	-								
ભા	-	-	-	ઈ	-	-	-								
પ	પ	પ	-	મ	મ	ગ	મ	મ	પ	પ	-	પ	પ	પ	-
જ	ગ	સે	-	સુ	ખ	કી	-	આ	-	શા	-	ત	જ	ક	ર
ની	-	ની	ની	ની	-	ધ	-	પ	પ	પ	-	-	-	-	-
રા	-	મ	ભ	રો	-	સે	-	ર	હ	લે	-	-	-	-	-
પ	પ	પ	-	મ	મ	ગ	મ	મ	પ	પ	પ	પ	-	પ	-
મ	ન	કો	-	મ	ન	મો	-	હ	ન	કા	બ	ના	-	ક	ર
ની	-	ની	ની	ની	ધ	ધ	-	પ	પ	પ	-	-	-	સાં	-
રા	-	જે	શ	મુ	ખ	સે	-	ક	હ	લે	-	-	-	શ્રી	-
ની	-	-	-	-	સાં	-	રેં	સાં	-	સાં	-	-	ધ	-	પ
રા	-	-	-	-	મ	-	શ	ર	-	ણ	-	-	સુ	-	ખ
ધ	-	-	-	મ	-	ગ	-	-	-	પ	ધ	-	પ	મ	-
દા	-	-	-	યી	-	-	-	-	-	સુ	ખ	-	કી	-	-
ગ	-	ગ	-	-	મ	-	પ	મ	-	-	-	-	ગ	-	રે
-	-	આ	-	-	સ	-	ત	જો	-	-	-	-	મે	-	રે

સા – – –	સા – – –	– –	
ભા – – –	ઈ – – –	– –	

35.   સરગમ અથવા અલંકાર અથવા પલટે

સા રે ગ મ પ ધ ની સાં
સાં ની ધ પ મ ગ રે સા

સાસા રેરે ગગ મમ પપ ધધ નીની સાંસાં
સાંસાં નીની ધધ પપ મમ ગગ રેરે સાસા

સાસાસા રેરેરે ગગગ મમમ પપપ ધધધ નીનીની સાંસાંસાં
સાંસાંસાં નીનીની ધધધ પપપ મમમ ગગગ રેરેરે સાસાસા

સારે રેગ ગમ મપ પધ ધની નીસાં
સાંની નીધ ધપ પમ મગ ગરે રેસા

સારેગ- રેગમ- ગમપ- મપધ પધની- ધનીસાં-
સાંનીધ- નીધપ- ધપમ- પમગ- મગરે- ગરેસા-

સારેગમ રેગમપ ગમપધ મપધની પધનીસાં
સાંનીધપ નીધપમ ધપમગ પમગરે મગરેસા

સારેગમપ રેગમપધ ગમપધની મપધનીસાં
સાંનીધપમ નીધપમગ ધપમગરે પમગરેસા

વિનોદ કુમાર

સાગ રેમ ગપ મધ પની ધસાં
સાંધ નીપ ધમ પગ મરે ગસા

સામ રેપ ગધ મની પસાં
સાંપ નીમ ધગ પરે મસા

સાપ રેધ ગની મસાં
સાંમ નીગ ધરે પસા

સાધ રેની ગસાં
સાંગ નીરિ ધસા

સારેસારેગ– રેગરેગમ– ગમગમપ- મપમપધ– પધપધની– ધનીધનીસાં-

સાંનીસાંનીધ- નીધનીધપ– ધપધપમ– પમપમગ–મગમગરે– ગરેગરેસા-

સારેગસારેસારેગ રેગમરેગરેગમ ગમપગમગમપ
મપધમપમપ પધનીપધપધ ધનીસાંધનીધનીસાં

સાંનીધસાંનીસાંનીધ નીધપનીધનીધપ ધપમધપધપમ
પમગપમપમગ મગમગમગરે ગરેસાગરેગરેસા
સા
સા રે સા
સા રે ગ રે સા
સા રે ગ મ ગ રે સા
સા રે ગ મ પ મ ગ રે સા
સા રે ગ મ પ ધ પ મ ગ રે સા
સા રે ગ મ પ ધ ની ધ પ મ ગ રે સા
સા રે ગ મ પ ધ ની સાં સાં ની ધ પ મ ગ રે સા

સાં
સાં ની સાં
સાં ની ધ ની સાં
સાં ની ધ પ ધ ની સાં
સાં ની ધ પ મ પ ધ ની સાં
સાં ની ધ પ મ ગ મ પ ધ ની સાં
સાં ની ધ પ મ ગ રે ગ મ પ ધ ની સાં
સાં ની ધ પ મ ગ રે સા રે ગ મ પ ધ ની સાં

સા-સારેગ- રે-રેગમ- ગ-ગમપ- મ-મપધ- પ-પધની- ધ-ધનીસાં-
સાં-સાંનીધ- ની-નીધપ- ધ-ધપમ- પ-પમગ- મ-મગરે- ગ-ગરેસા-
રેસા ગરે મગ પમ ધપ નીધ સાંની રેંસાં
નીસાં ધની પધ મપ ગમ રેગ સારે .નીસા

સાગરે રેમગ ગપમ મધપ પનીધ ધસાંની નીરિંસાં
સાંધની નીપધ ધમપ પગમ મરેગ ગસારે રે.નીસા

.પ પ .ધધ .નીની સાસાં રેંરેં ગગં મમં
મંમ ગંગ રેંરે સાંસા ની.ની ધ.ધ પ.પ

રાગ: ભૈરવ
સા રે ગ મ પ ધ ની સાં
સાં ની ધ પ મ ગ રે સા

રાગ: ભૈરવી
સા રે ગ મ પ ધ ની સાં
સાં ની ધ પ મ ગ રે સા

રાગ: આસાવરી

સા રે ગ મ પ ધ ની સાં

સાં ની ધ પ મ ગ રે સા

રાગ: માલકૌંસ

સા ગ મ ધ ની સાં

સાં ની ધ મ ગ સા

36.   વિનોદ કુમાર ના અન્ય પુસ્તકો

- "મુકેશ કે 51 ગીતોં કી સરગમ", ભાગ 1, 2,

- "લતા કે 51 ગીતોં કી સરગમ"

- "કિશોર કે 51 ગીતોં કી સરગમ", ભાગ 1, 2

- "મો. રફ઼ી કે 51 ગીતોં કી સરગમ", ભાગ 1, 2, 3, 4

- "આશા કે 51 ગીતોં કી સરગમ"

- "ગાયક સચિનદેવ બર્મન ઔર યેસુદાસ કે 51 ગીતોં કી સરગમ"

- "મન્ના ડે કે 51 ગીતોં કી સરગમ"

- "સંગીતકાર સચિનદેવ બર્મન કે 51 ગીતોં કી સરગમ"

- "સુપરહિટ 51 ગઝલોં કી સરગમ"

- "મો. રફ઼ી કે સુપરહિટ 151 ગીત" (કેવળ ગીત)

- "ભજન સ્વરલિપિ", ભાગ 1, 2, 3, 4

- "કુમાર શાનું કે 51 ગીતોં કી સરગમ"

- "મહેન્દ્ર કપૂર કે 51 ગીતોં કી સરગમ"

- "સબદ ઔર પંજાબી ગીતોં કી સરગમ"

- "Sloan duployan shorthand book"

These Books are also available in English SRGM and Western CDEFG style at notionpress.com and amazon.in and at Flipkart.com

For English SRGM books search at Google… (Singer name) 51 Songs' Sargam, book.

For Western CDEFG books search at Google… (Singer name) Songs' Western Notes, book.

જો તમને પુસ્તકો ગમતા હોય તો બીજાને પણ જણાવો, જો તમારા કોઈ સૂચનો હોય તો અમને ઈમેલ કરો.

વિનોદ કુમાર (vinod66vk@gmail.com)

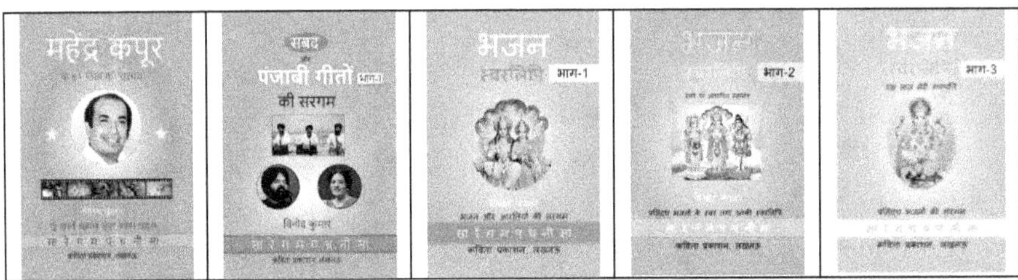

વિનોદ કુમાર

| | | | વિનોદ કુમારની 51 ગીતોની સરગમ બુક્સ ખરીદવા. તમારા મોબાઇલથી નીચેનો QR કોડ સ્કેન કરો. (Hindi, English, Western all) | વિનોદ કુમારની 51 ગીતોની સરગમ બુક્સ ખરીદવા. તમારા મોબાઇલથી નીચેનો QR કોડ સ્કેન કરો. (Hindi, English, Western all) |

વધુ વિગતો માટે સંપર્ક કરો

kavitaprakashan7@gmail.com

mob:**9452904656**

www.ingramcontent.com/pod-product-compliance
Lightning Source LLC
Chambersburg PA
CBHW071326140726
47996CB00005B/1840